VIÐ NÁUM TÖKUM Á LISTINNI AÐ ELDA PASTA Á PÖNNU

100 ljúffengir pastaréttir, ein pönnu, engin læti

JAKOB GRÖNDAL

Höfundarréttarefni ©2023

Allur réttur áskilinn

Engan hluta þessarar bókar má nota eða senda á nokkurn hátt eða á nokkurn hátt án skriflegs samþykkis útgefanda og höfundarréttarhafa, nema stuttar tilvitnanir sem notaðar eru í umsögn. Þessi bók ætti ekki að koma í staðinn fyrir læknisfræðilega, lögfræðilega eða aðra faglega ráðgjöf.

EFNISYFIRLIT

EFNISYFIRLIT 3
KYNNING 7
FUSILI PASTA 8
   1. Kryddað grænmetispasta bakað 9
   2. Hvítlauks-sveppa Fusilli með perusalati 11
   3. Grillað grænmetis Fusilli pastasalat 13
   4. Saucy Cheddar Fusilli salat 15
   5. Crimini Pasta bakað 17
   6. Fusilli með sólþurrkuðum tómötum 19
   7. One-Skillet Nautakjöt & Pasta 21
   8. Einpotta kjúklingur Fusilli 23
   9. Einpotta kjúklingur og grænmetis Fusilli 25
PENNE PASTA 27
   10. Lemon Chicken Penne Pasta 28
   11. Þriggja osta Kjötbollur Mostaccioli 30
   12. Reykt laxapasta 32
   13. Penne alla vodka 34
   14. Hnetukjúklingapasta 36
   15. Penne Beef Bake 38
   16. Ostur kjúklingakrem Pasta 40
   17. Bakaður penne með kalkúnakjötbollum 42
   18. Klassískt Penne Pasta 44
ROTINI PASTA 46
   19. Rækju- og kirsuberjatómatsalat 47
   20. Ferskt sítrónupasta 50
   21. Ostur Pepperoni Rotini salat 52
   22. Rjómalöguð tómatrotini pasta í einum potti 54
   23. Saucy nautakjöt Rotini í einum potti 56
   24. Kjúklingur og spergilkál Rotini í einum potti 58
   25. Rotini með einni pönnu með tómatrjómasósu 60
   26. Parmesan Rotini pönnu 62
   27. Einn pönnu kjúklingur Rotini 64
JUMBO SKEL 66
   28. Ítalskar pylsur fylltar skeljar 67
   29. Spínat og þriggja osta fylltar skeljar 70

30. Decadent spínatfylltar skeljar 72
31. Hvítlauksfylltar Jumbo Pasta skeljar 74
32. Fylltar pastaskeljar á helluborði 77
33. Grænmetispönnu fylltar skeljar 79
34. Tacofylltar pastaskeljar 82
35. Sumarfylltar skeljar 84

LINGUINE PASTA 87
36. Romano Linguine pastasalat 88
37. Lemon Ricotta Pasta með kjúklingabaunum 90
38. Rækjur Carbonara 93
39. Linguine og Clam sósa 96

ENGLAHÁRPASTA 98
40. One-Skillet Pasta 99
41. Angel Hair Rækjubaka 101
42. Rækjur Scampi Skillet 103

GNOCCHI 105
43. Rjómalöguð kjúklingur og gnocchi á einni pönnu 106
44. Gnocchi með kryddjurtapestói 108
45. Sage og Mascarpone Gnocchi 110

FETTUCINI 113
46. Klassískur Alfredo 114
47. Crimini Pasta bakað 116
48. Hvítlaukur Parmesan Pasta í einum potti 118
49. Einpotta kjúklingabeikon Fettuccine Alfredo 120
50. Sveppir Fettuccine 122

RIGATONI PASTA 124
51. Romano Rigatoni pottrétt 125
52. Vegan Rigatoni basil 127

OLNBOGA MAKARÓNUR 129
53. BLT Pasta salat 130
54. Spínat og þistilhjörtu mac-and-cheese 132
55. Chili Mac Casserole 134

ZITI PASTA 136
56. Bakað Ziti 137
57. Provolone Ziti baka 139
58. Nautakjöt Ziti Casserole 141
59. Bakað Ziti 143

60. Ziti pylsubakað 145
SPAGHETTI PASTA **147**
   61. Pestó rækjur með pasta 148
   62. Túnfiskpasta 150
   63. Sunny Hot Spaghetti 152
   64. Spaghetti Bolognese Skillet Bake 154
   65. Hörpuskel með spaghetti 157
   66. Sunny Hot Spaghetti 159
   67. Kjúklingur Tetrazzini 161
   68. Bakaðar rigatoni og kjötbollur 163
   69. Fljótleg spaghetti pönnu 165
   70. Auðvelt spaghetti 167
   71. Rækjur Lo Mein 169
   72. Kjúklingur Tetrazzini 171
   73. Pasta pylsupönnu 173
   74. Skillet kjúklingapasta 175
   75. Pasta alla Norma Skillet Bake 178
   76. Ziti og Spaghetti með pylsum 181
BUCATINI PASTA **183**
   77. One-Pan Bucatini með blaðlauk og sítrónu 184
   78. Tómat Burrata Pasta 186
   79. Sítrónu basil pasta með rósakál 188
   80. Einpotts kremið maís bucatini 190
ORZO **192**
   81. Parmesan Orzo 193
   82. Minty Feta og Orzo salat 195
   83. Einpotta tómatar Orzo 197
   84. Kjúklingur Orzo Skillet 199
   85. Orzo og Portobello Casserole 201
   86. Orzo á einni pönnu með spínati og fetaost 203
FARFALLE/SLUPA **205**
   87. Pasta Rustica 206
   88. Crème Fraiche kjúklingapasta 208
   89. Kjúklingaboð og Farfalle salat 210
   90. Makkarónur sjávarréttasalat 212
   91. Smjörhnetu og Chard Pasta Bakað 214
LASAGNA **216**

92. Spænskt lasagna 217
93. Grasker og salvíu lasagna með fontina 219
94. Hlaðið Pasta Shells Lasagna 222
95. Kjúklinga lasagna 224
96. Suðvestur lasagna 226
97. Klassískt lasagna 228
98. Rólegt lasagna 230
99. Ratatouille lasagna 232
100. Pepperoni lasagna 235
101. Slow Cooker lasagna 237

NIÐURSTAÐA..**239**

KYNNING

Velkomin í "Við náum tökum á listinni að elda pasta á pönnu" matreiðsluferð sem mun umbreyta matreiðsluupplifun þinni, gera hana einfaldari, þægilegri og án vandræða. Pastaréttir á einni pönnu eru orðnir ástsæll trend í heimi matreiðslu og í þessari matreiðslubók bjóðum við þér að ná tökum á listinni að búa til ljúffengar pastamáltíðir með aðeins einni pönnu.

Ferð okkar í gegnum pastaeldun á einni pönnu mun kynna þér glæsileika einfaldleikans. Hvort sem þú ert vanur heimakokkur eða nýr í eldhúsinu, þá er þessi bók leiðarvísir þinn til að búa til 100 ljúffenga pastarétti með lágmarks hreinsun og hámarksbragði. Við munum kanna aðferðir, hráefni og aðferðir sem gera einnar pönnu pastaeldun að matreiðslubyltingu.

Þegar við leggjum af stað í þetta óþægilega ævintýri skaltu búa þig undir að opna leyndarmálin við að ná tökum á pasta á einni pönnu. Allt frá klassískum ítölskum uppáhaldi til nýstárlegra og skapandi uppskrifta, þú munt uppgötva gleðina við að elda með auðveldum hætti, á meðan þú gleður þig yfir munnvatnsréttum pastaréttum. Við skulum kafa ofan í "Við náum tökum á listinni að elda pasta á pönnu" og einfalda matreiðsluupplifun þína, eina pönnu í einu.

FUSILI PASTA

1.Kryddað grænmetispasta bakað

Gerir: 6 skammta

HRÁEFNI:
- 3 bollar ósoðið spíralpasta eins og fusili
- 1 meðalgult sumarskvass
- 1 lítill kúrbít
- 1 miðlungs sæt rauð paprika
- 1 meðalstór græn paprika
- 1 matskeið ólífuolía
- 1 lítill rauðlaukur, helmingaður og skorinn í sneiðar
- 1 bolli ferskir sveppir í sneiðum
- 1/2 tsk salt
- 1/4 tsk pipar
- 1/4 tsk muldar rauðar piparflögur
- 1 krukka (24 aura) sterk marinara sósa
- 8 aura ferskar mozzarella ostaperlur
- Rifinn parmesanostur og fersk basilíka, valfrjálst

LEIÐBEININGAR:

a) Hitið ofninn í 375°. Eldið pasta í samræmi við pakkaleiðbeiningar fyrir al dente; holræsi.

b) Skerið squash og papriku í 1/4-tommu. Julienne ræmur. Í 12 tommu. steypujárni eða öðru ofnheld pönnu, hitið olíu við meðalháan hita. Bæta við lauk, sveppum og julienned grænmeti; eldið og hrærið þar til það er stökkt, 5-7 mínútur.

c) Hrærið kryddi saman við. Bætið við marinara sósu og pasta; kasta til að sameina. Toppið með ostaperlum.

d) Flytja í ofn; bakið, án loks, þar til osturinn er bráðinn, 10-15 mínútur. Ef vill, stráið parmesanosti og basilíku yfir áður en það er borið fram.

2.Hvítlauks-sveppa Fusilli með perusalati

Gerir: 2
HRÁEFNI:
- 1 brúnn laukur
- 2 hvítlauksgeirar
- 1 pakki af sveppum í sneiðum
- 1 poki af hvítlauk og kryddjurtum
- 1 pakki af léttum matreiðslurjóma (inniheldur mjólk)
- 1 poki af kjúklingadufti
- 1 pakki af fusilli (inniheldur glúten, getur verið til staðar: egg, soja)
- 1 pera
- 1 poki af blönduðum salatlaufum
- 1 pakki af parmesanosti (inniheldur mjólk)
- Ólífuolía
- 1,75 bollar af sjóðandi vatni
- Dregið af ediki (balsamik eða hvítvín)

LEIÐBEININGAR:
a) Sjóðið ketilinn. Saxið brúna laukinn og hvítlaukinn smátt. Hitið stóran pott yfir miðlungsháan hita með ríkulegu skvetti af ólífuolíu. Eldið sneiða sveppina og laukinn, hrærið af og til, þar til þeir eru rétt mjúkir, sem tekur um 6-8 mínútur. Bætið hvítlauknum og hvítlauknum og kryddjurtunum saman við og eldið þar til það er ilmandi í um það bil 1 mínútu.
b) Bætið við létta matreiðslurjómanum, sjóðandi vatni (1 3/4 bollar fyrir 2 manns), kjúklingastofnndufti og fusilli. Hrærið til að blanda saman og látið suðuna koma upp. Lækkið hitann í miðlungs, hyljið með loki og eldið, hrærið af og til, þar til pastað er „al dente", sem tekur um 11 mínútur. Hrærið rakaðan parmesanost í gegnum og smakkið til með salti og pipar.
c) Á meðan pastað er að eldast, skerið peruna í þunnar sneiðar. Í meðalstórri skál, bætið ögn af ediki og ólífuolíu saman við. Toppið dressinguna með blönduðum salatlaufum og peru. Kryddið og blandið saman.
d) Skiptið einum potti rjómalöguðum sveppum fusilli á milli skála. Berið fram með perusalatinu. Njóttu dýrindis máltíðar þinnar!

3.Grillað grænmetis Fusilli pastasalat

Gerir: 8-10
HRÁEFNI:
PASTA SALAT
- 1 pund fusilli
- 2 bollar grilluð rauð og gul paprika í teningum
- 2 bollar helmingaðir kirsuberjatómatar
- 2 bollar sneiddur grillaður laukur
- 2 bollar rauðvínsvínaigrette

RAUÐVÍN VINAIGRETTE
- 1 bolli extra virgin ólífuolía
- ⅓ rauðvínsedik
- 2 matskeiðar vatn
- 4 hvítlauksrif, fínt rifin
- 2 tsk Dijon sinnep
- 2 tsk þurrkað oregano
- 2 tsk kornaður laukur
- 1 klípa muldar chiliflögur
- 2 tsk kosher salt
- 1 tsk nýmalaður svartur pipar
- 2 matskeiðar hunang

LEIÐBEININGAR
RAUÐVÍN VINAIGRETTE:
a) Blandið öllu hráefninu saman í ílát með þéttu loki.
b) Hristið vel og geymið í kæli þar til þarf.

PASTA SALAT
c) Undirbúið pasta eins og leiðbeiningar eru á pakkanum.
d) Eftir eldun, sigtið fusilli og kælið það af í köldu vatni til að stöðva eldunarferlið.
e) Settu pastað yfir í stóra skál og blandaðu afganginum saman við.
f) Blandið vandlega saman og látið síðan standa yfir nótt.

4.Saucy Cheddar Fusilli salat

Gerir: 10
HRÁEFNI:
- 2 matskeiðar ólífuolía
- 6 grænir laukar, saxaðir
- 1 tsk salt
- 3/4 C. söxuð súrsuð jalapenó paprika
- 1 (16 oz.) pakki fusilli pasta
- 1 (2,25 oz.) dós sneið svartar ólífur
- 2 pund aukalega magurt nautahakk
- (valfrjálst)
- 1 (1,25 oz.) pakki taco kryddblanda
- 1 (8 oz.) pakki rifinn Cheddar
- 1 (24 oz.) krukku mild salsa
- ostur
- 1 (8 oz.) flaska búgarðsdressing
- 1 1/2 rauð paprika, saxuð

LEIÐBEININGAR:

a) Settu stóran pott yfir meðalhita. Fylltu hana með vatni og hrærðu ólífuolíu út í með salti.

b) Eldið það þar til það byrjar að sjóða.

c) Bætið pastanu út í og sjóðið í 10 mín. Taktu það úr vatninu og settu það til hliðar til að tæma það.

d) Settu stóra pönnu yfir meðalhita. Brúnið í það nautakjötið í 12 mín. Fleygðu umfram feiti.

e) Bætið tacokryddinu út í og blandið vel saman. Setjið blönduna til hliðar til að missa hitann alveg.

f) Fáðu þér stóra blöndunarskál: Blandaðu í hana salsa, búgarðsdressingu, papriku, grænum lauk, jalapenos og svörtum ólífum.

g) Bætið pastanu með soðnu nautakjöti, Cheddar osti og dressingublöndunni út í. Hrærið vel í þeim. Settu plastfilmu yfir salatskálina. Settu það í ísskáp í 1 klst 15 mín.

5. Crimini Pasta bakað

Gerir: 6

HRÁEFNI:
- 8 klst crimini sveppir
- 1/3 bolli parmesanostur, rifinn
- 1 bolli spergilkál
- 3 matskeiðar herbes de provence
- 1 bolli spínat, ferskt laufblað, þétt pakkað
- 2 matskeiðar s extra virgin ólífuolía
- 2 rauðar paprikur, niðurskornar
- 1 matskeið salt
- 1 stór laukur, saxaður
- 1/2 msk pipar
- 1 bolli mozzarella ostur, rifinn
- 1 bolli tómatsósa
- 2/3 pund pasta

LEIÐBEININGAR:

a) Áður en þú gerir eitthvað skaltu stilla ofninn á 450 F. Smyrðu pottrétt með olíu eða matreiðsluúða.

b) Fáðu þér stóra blöndunarskál: Kastaðu sveppunum, spergilkálinu, spínatinu, piparnum og lauknum í það.

c) Bætið við 1 msk af ólífuolíu, salti, pipar og hrærið aftur.

d) Dreifið grænmetinu í smurða mótið og eldið í ofninum í 10 mínútur.

e) Eldið pastað þar til það verður dente. Tæmdu pastað og settu það til hliðar.

f) Fáðu þér stóra blöndunarskál: Blandaðu 1 matskeið af ólífuolíu saman við bakað grænmeti, pasta, kryddjurtir og mozzarella ost. Dreifið blöndunni aftur í eldfast mót.

g) Stráið ostinum ofan á og eldið hann síðan í 20 mínútur. Berið það fram heitt og njótið.

6.Fusilli með sólþurrkuðum tómötum

Gerir: 6
HRÁEFNI:
- 8 aura af Fusilli eða Rotelle með grænmetisbragði
- 1 matskeið af Virgin ólífuolíu
- 1/2 tsk af heitum piparflögum
- 2 stór hvítlauksrif, söxuð
- 2 grænir laukar, saxaðir
- 2 matskeiðar af sólþurrkuðum tómötum, saxaðir
- 1 matskeið af söxuðum engiferrót
- 1 matskeið af rifnum appelsínuberki
- 1 matskeið af tómatmauki
- 1/2 bolli niðursoðnir ítalskir plómutómatar, tæmdir og saxaðir
- 1/4 bolli af kjúklingasoði
- Salt og pipar eftir smekk
- 2 matskeiðar af saxuðum graslauk
- 1 teskeið af sesamolíu

LEIÐBEININGAR:
a) Byrjið á því að sjóða stóran pott af vatni. Eldið pastað þar til það nær al dente áferð, venjulega 8 til 10 mínútur. Tæmdu síðan pastað í sigti og settu það til hliðar.
b) Hitið jómfrúarólífuolíuna á stórri pönnu sem festist ekki við. Bætið heitu piparflögunum, söxuðum hvítlauk, söxuðum grænum lauk, sólþurrkuðum tómötum, engiferrót og rifnum appelsínuberki út í. Hrærið þessa blöndu í um það bil eina mínútu.
c) Bætið soðnu pastanu á pönnuna og hrærið í eina mínútu til viðbótar.
d) Setjið tómatmaukið, saxaða plómutómata, kjúklingasoð, salt og pipar inn í. Blandið öllu hráefninu vandlega saman og eldið þar til allt er hitað í gegn.
e) Til að klára, skreytið réttinn með söxuðum graslauk og dreypið hann með sesamolíu.
f) Njóttu bragðmikils Fusilli með sólþurrkuðum tómötum!

7.One-Skillet Nautakjöt & Pasta

Gerir: 4

HRÁEFNI:
- 1 matskeið af extra virgin ólífuolíu
- 1 pund af 90% mögu nautahakk
- 8 aura af sveppum, fínt saxaðir eða pulsaðir
- 1/2 bolli skorinn laukur
- 1 15 aura dós af tómatsósu án salti
- 1 bolli af vatni
- 1 matskeið af Worcestershire sósu
- 1 tsk af ítölsku kryddi
- 3/4 teskeið af salti
- 1/2 teskeið af hvítlauksdufti
- 8 aura af heilhveiti rotini eða fusilli
- 1/2 bolli af rifnum extra beittum Cheddar osti
- 1/4 bolli af saxaðri ferskri basilíku til skrauts

LEIÐBEININGAR:

a) Byrjaðu á því að hita ólífuolíuna í stórri pönnu yfir meðalhita. Bætið nautahakkinu, söxuðum sveppum og hægelduðum lauk saman við. Eldið og hrærið þar til nautakjötið er ekki lengur bleikt og sveppavökvinn hefur að mestu gufað upp, sem tekur um 8 til 10 mínútur.

b) Hrærið tómatsósunni, vatni, Worcestershire sósu, ítölsku kryddi, salti og hvítlauksdufti út í.

c) Bætið pastanu á pönnuna og látið suðuna koma upp.

d) Lokið pönnunni, lækkið hitann og eldið, hrærið af og til, þar til pastað er meyrt og mestur vökvinn hefur frásogast. Þetta tekur venjulega um 16 til 18 mínútur.

e) Stráið pastanu yfir rifnum Cheddar osti, hyljið pönnuna og haltu áfram að elda þar til osturinn hefur bráðnað, sem tekur venjulega 2 til 3 mínútur.

f) Ef vill, skreytið réttinn með saxaðri ferskri basil áður en hann er borinn fram.

g) Njóttu nautahakks og pastamáltíðar með einni pönnu! Ekki hika við að gera tilraunir með mismunandi ostaafbrigði eins og mozzarella, provolone eða Asiago fyrir einstakt bragð ívafi.

8. Einpotta kjúklingur Fusilli

Gerir: 4
HRÁEFNI:
- 2 matskeiðar af ólífuolíu
- 1 pund af beinlausum, roðlausum kjúklingabringum, í teningum
- 3 hvítlauksrif, söxuð
- 1/2 tsk af ítölsku kryddi
- 1 öskju af kjúklingasoði
- 2 meðalstórir tómatar, saxaðir
- 12 aura af ósoðnu fusilli pasta
- 1 meðalstór rauð paprika, skorin í teninga
- 2 matskeiðar af rifnum parmesanosti

LEIÐBEININGAR:
a) Hitið ólífuolíuna í stórum potti yfir meðalháan hita. Bætið kjúklingnum saman við og eldið í 5 mínútur, hrærið af og til þar til hann er brúnn. Hrærið hakkað hvítlauk og ítalska kryddið saman við; eldið og hrærið í 30 sekúndur.

b) Hrærið kjúklingasoðinu og söxuðum tómötum saman við; blandið vel saman. Bætið fusilli pastanu út í og látið suðuna koma upp. Lækkið hitann í miðlungs og látið sjóða varlega, án loks, hrærið af og til í 8 mínútur.

c) Hrærið rauðri papriku í bita saman við. Eldið í um það bil 4 mínútur eða þar til pastað og paprikan eru mjúk og kjúklingurinn fulleldaður. Hrærið rifna ostinum saman við.

9.Einpotta kjúklingur og grænmetis Fusilli

Gerir: 2

HRÁEFNI:
- 1 stöng af sellerí
- 1 gulrót
- 1 pakki af hægelduðum kjúkling
- 1 pakki af fusilli
- 1 poki af kjúklingadufti
- 1/2 pakki af rjóma
- 1 poki af barnaspínatlaufum
- 1 poki af steinselju
- 1 klípa chiliflögur (ef notaðar eru)
- 1 poki af Aussie kryddblöndu
- Ólífuolía
- 2 bollar af sjóðandi vatni

LEIÐBEININGAR:

a) Byrjaðu á því að sjóða ketilinn. Saxið selleríið smátt og rífið gulrótina. Þetta er skref þar sem eldri krakkar, undir eftirliti fullorðinna, geta hjálpað til við að rífa gulrótina.

b) Í stórum potti, hitið ögn af ólífuolíu yfir háan hita. Þegar olían er orðin heit, eldið hægeldaða kjúklinginn með smá salti og pipar, hrærið af og til þar til hann er brúnn og eldaður í gegn, sem tekur um 5-6 mínútur. Færið kjúklinginn yfir á disk. Settu pottinn aftur á miðlungs-háan hita með öðru skvettu af ólífuolíu. Eldið sellerí og gulrót þar til þau eru mjúk, um 4-5 mínútur.

c) Bætið Aussie kryddblöndunni á pönnuna og eldið þar til hún er ilmandi, í um það bil 1 mínútu. Bætið fusilli, kjúklingadufti, sjóðandi vatninu út í (2 bollar fyrir 2 manns) og setjið eldaða kjúklinginn aftur á pönnuna og hrærið til að blandast saman. Látið suðuna koma upp og lækkið síðan hitann niður í miðlungs lágan. Lokið með loki og látið malla, hrærið af og til, þar til fusilli er „al dente", sem tekur um 12-14 mínútur. Takið lokið af pönnunni, hrærið svo rjómanum og barnaspínatlaufum saman við, látið malla þar til blandan er aðeins þykk og spínatið er visnað, um 1-2 mínútur. Kryddið ríkulega með salti og pipar.

d) Skiptið einum potti rjómalöguðum kjúklingnum og grænmetis fusilli á milli skála. Skreytið með smá chiliflögum (ef þær eru notaðar) og rífið steinseljuna yfir til að bera fram. Njóttu máltíðarinnar!

e) Fyrir litla kokka geta þeir bætt lokahöndinni og rifið steinseljuna yfir.

PENNE PASTA

10. Lemon Chicken Penne Pasta

Gerir: 4
HRÁEFNI:
- 8 aura penne pasta
- 2 beinlausar, roðlausar kjúklingabringur, skornar í hæfilega stóra bita
- Salt og svartur pipar eftir smekk
- 2 matskeiðar ólífuolía
- 3 hvítlauksgeirar, saxaðir
- Börkur af 1 sítrónu
- Safi úr 1 sítrónu
- 1 bolli kjúklingasoð
- 1 bolli þungur rjómi
- 1 tsk þurrkað timjan
- ½ bolli rifinn parmesanostur
- Fersk steinselja, söxuð (til skrauts)

LEIÐBEININGAR:
a) Eldið penne pastað samkvæmt leiðbeiningum á pakka þar til það er al dente. Tæmið og setjið til hliðar.
b) Kryddið kjúklingabringurnar með salti og svörtum pipar eftir smekk.
c) Hitið ólífuolíuna í stórri pönnu yfir meðalháan hita. Bætið kjúklingabringunum á pönnuna og eldið þar til þeir eru brúnir og eldaðir í gegn, um 6-8 mínútur. Takið eldaða kjúklinginn af pönnunni og setjið til hliðar.
d) Í sömu pönnu, bætið hakkaðri hvítlauknum út í og steikið í um 1 mínútu þar til ilmandi.
e) Bætið sítrónuberknum, sítrónusafanum og kjúklingasoðinu á pönnuna. Hrærið vel og skafið botninn á pönnunni til að losa um brúna bita.
f) Lækkið hitann í lágan og hellið þungum rjómanum út í. Hrærið þurrkað timjan saman við. Sjóðið sósuna í um 5 mínútur þar til hún þykknar aðeins.
g) Bætið soðnu penne-pastinu og soðnum kjúklingi aftur í pönnuna. Hrærið vel til að hjúpa pastað og kjúklinginn með sósunni.
h) Stráið rifnum parmesanosti yfir pastað og hrærið þar til osturinn bráðnar og sósan er rjómalöguð.
i) Takið pönnuna af hitanum. Smakkið til og stillið kryddið með salti og svörtum pipar ef þarf.
j) Berið fram Lemon Chicken Penne Pasta heitt, skreytt með saxaðri ferskri steinselju.
k) Dreypið öllum afgangum af sítrónusafa yfir toppinn.

11.Þriggja osta Kjötbollur Mostaccioli

Hráefni
- 1 pakki (16 aura) mostaccioli
- 2 stór egg, létt þeytt
- 1 öskju (15 aura) ricotta ostur að hluta
- 1 pund nautahakk
- 1 meðalstór laukur, saxaður
- 1 matskeið púðursykur
- 1 msk ítalskt krydd
- 1 tsk hvítlauksduft
- 1/4 tsk pipar
- 2 krukkur (24 aura hvor) pastasósa með kjöti
- 1/2 bolli rifinn Romano ostur
- 1 pakki (12 aura) frosnar fullsoðnar ítalskar kjötbollur, þíðaðar
- 3/4 bolli rakaður parmesanostur
- Hakkað fersk steinselja eða fersk barnarúlla, valfrjálst

LEIÐBEININGAR:
a) Hitið ofninn í 350°. Eldið mostaccioli samkvæmt pakkaleiðbeiningum fyrir al dente; holræsi. Á meðan, í lítilli skál, blandið eggjum og ricotta osti saman.
b) Í 6-qt. pott, eldið nautakjöt og lauk í 6-8 mínútur eða þar til nautakjöt er ekki lengur bleikt og brýtur upp nautakjöt í mola; holræsi. Hrærið púðursykri og kryddi saman við. Bætið við pastasósu og mostaccioli; kasta til að sameina.
c) Flyttu helminginn af pastablöndunni yfir í smurða 13x9 tommu. bökunarréttur. Setjið ricotta blönduna í lag og restina af pastablöndunni; stráið Romano osti yfir. Toppið með kjötbollum og parmesanosti.
d) Bakið, án loks, 35-40 mínútur eða þar til það er hitað í gegn. Ef vill, toppið með steinselju.

12.Reykt laxapasta

Gerir: 8

HRÁEFNI:
- 16 únsur. penne pasta
- ¼ bolli smjör
- 1 lítill, saxaður laukur
- 3 söxuð hvítlauksrif
- 3 matskeiðar hveiti
- 2 bollar léttur rjómi
- ½ bolli hvítvín
- 1 msk sítrónusafi
- ½ bolli rifinn Romano ostur
- 1 bolli sneiddir sveppir
- ¾ pund saxaður reyktur lax

LEIÐBEININGAR:
a) Sjóðið pastað í potti með söltu vatni í 10 mínútur. Tæmdu.
b) Bræðið smjör á pönnu og steikið laukinn og hvítlaukinn í 5 mínútur.
c) Hrærið hveitinu út í smjörblönduna og haltu áfram að hræra í 2 mínútur.
d) Bætið létta rjómanum varlega út í.
e) Færið vökvann rétt undir suðumark.
f) Hrærið ostinum saman við og haltu áfram að hræra þar til blandan er orðin slétt, um það bil 3 mínútur.
g) Bætið sveppunum út í og látið malla í 5 mínútur.
h) Færið laxinn yfir á pönnu og eldið í 3 mínútur.
i) Berið laxablönduna fram yfir pennepasta.

13. Penne alla vodka

Gerir: 8
HRÁEFNI:
- 4 matskeiðar saltað smjör
- 2 hvítlauksrif, söxuð eða rifin
- ½ tsk muldar rauðar piparflögur
- ½ bolli vodka
- 1 (28 únsa) dós muldir tómatar, eins og San Marzano eða Pomi tómatar
- ½ bolli sólþurrkaðir tómatar pakkaðir í ólífuolíu, tæmdir og saxaðir
- Kosher salt og nýmalaður pipar
- ¾ bolli þungur rjómi
- 1 (1 pund) kassi penne
- 1 bolli rifinn parmesanostur, auk meira til að bera fram
- Fersk basilíka, til framreiðslu

LEIÐBEININGAR:
a) Í stórum potti, blandaðu smjöri, hvítlauk og rauðum piparflögum saman við miðlungs lágan hita. Eldið, hrærið oft, þar til smjörið er bráðið og hvítlaukurinn er ilmandi, um það bil 5 mínútur. Bætið vodka út í og látið suðuna koma upp. Eldið þar til minnkað um þriðjung, 2 til 3 mínútur í viðbót. Bætið niður muldum tómötum, sólþurrkuðum tómötum og stórri klípu af salti og pipar. Sjóðið sósuna við meðalhita þar til hún er lítillega dregin, 10 til 15 mínútur. Flyttu sósuna yfir í blandara eða notaðu blöndunartæki til að mauka sósuna þar til hún er mjúk, 1 mínútu. Hrærið rjómanum saman við þar til það hefur blandast saman.
b) Á meðan skaltu suðu koma upp í stórum potti af söltu vatni við háan hita. Bætið penne út í og eldið samkvæmt leiðbeiningum á pakka, þar til al dente. Tæmið og bætið pastanu og parmesan út í sósuna, blandið saman.
c) Til að bera fram hefðbundið skaltu skipta pastanu í átta diska eða skálar. Skreytið með basil og parmesan.

14.Hnetukjúklingapasta

Gerir: 4
HRÁEFNI:
- 6 sneiðar beikon
- 1 (6 oz.) krukku marineruð þistilhjörtu, tæmd
- 10 aspasspjót, endarnir snyrtir og grófsaxaðir
- 1/2 (16 oz.) pakki rotini, olnbogi eða penne
- 1 soðin kjúklingabringa, pasta í teningum
- 1/4 bolli þurrkuð trönuber
- 3 matskeiðar fituskert majónes
- 1/4 bolli ristaðar möndlur í sneiðum
- 3 matskeiðar balsamic vinaigrette salatsósa
- salt og pipar eftir smekk
- 2 tsk sítrónusafi
- 1 tsk Worcestershire sósa

LEIÐBEININGAR:
a) Settu stóra pönnu yfir meðalhita. Eldið beikonið í því þar til það verður stökkt. Fjarlægðu það úr umfram feiti. Myljið það og leggið til hliðar.
b) Eldið pastað eftir leiðbeiningum á pakkningunni.
c) Fáðu þér litla blöndunarskál: Blandaðu í hana majó, balsamikvínaigrette, sítrónusafa og Worcestershire sósu. Blandið þeim vel saman.
d) Fáðu þér stóra hrærivélarskál: Helltu í hana pastað með dressingu. Bætið ætiþistlinum, kjúklingnum, trönuberjum, möndlum, mulið beikoni og aspas saman við, smá salti og pipar.
e) Hrærið vel í þeim. Kældu salatið í ísskápnum í 1 klst og 10 mín og berið það síðan fram.

15. Penne Beef Bake

Hráefni:
- 1 pakki (12 aura) heilhveiti penne pasta
- 1 pund magurt nautahakk (90% magurt)
- 2 meðalstórir kúrbítar, smátt saxaðir
- 1 stór græn paprika, smátt skorin
- 1 lítill laukur, smátt saxaður
- 1 krukka (24 aura) spaghettísósa
- 1-1/2 bollar fituskert Alfredo sósa
- 1 bolli niðurskorinn mozzarellaostur að hluta, skipt
- 1/4 tsk hvítlauksduft
- Hakkað fersk steinselja, valfrjálst

LEIÐBEININGAR:
a) Eldið penne samkvæmt leiðbeiningum á pakka. Á meðan, í hollenskum ofni, eldið nautakjöt, kúrbít, pipar og lauk við miðlungshita þar til kjöt er ekki lengur bleikt, brjóta það í mola; holræsi. Hrærið spaghettísósunni, Alfredo sósunni, 1/2 bolli mozzarella osti og hvítlauksdufti saman við. Tæmdu penne; hrærið út í kjötblönduna.

b) Flytja yfir í 13x9 tommu. bökunarréttur húðaður með matreiðsluúða. Lokið og bakið við 375° í 20 mínútur. Stráið afganginum af mozzarellaosti yfir. Bakið, án loks, 3-5 mínútum lengur eða þar til osturinn er bráðinn. Ef vill, toppið með steinselju.

16.Ostur kjúklingakrem Pasta

Gerir: 6
HRÁEFNI:
- 1 1/2 bolli hveiti, plús
- 1 rauð paprika, Julienne niðurskorin
- 1 matskeiðar hveiti
- 1/2 bolli hvítvín
- 1 msk salt
- 1/2 pund heil spínatblöð, stilkuð
- 2 tsk svartur pipar
- 12 vökvaoz. þungur rjómi
- 2 tsk ítalskt kryddjurtakrydd
- 1 bolli parmesanostur, rifinn
- 3 pund. beinlausar roðlausar kjúklingabringur
- 3 vökva oz. jurtaolía, skipt
- 1 pund penne pasta
- 1 msk hvítlaukur, saxaður

LEIÐBEININGAR:
a) Áður en þú gerir eitthvað skaltu stilla ofninn á 350 F.
b) Fáðu þér grunnan rétt: Blandaðu í það 1 1/2 bolli hveiti, salti, svörtum pipar og ítölsku kryddjurtum.
c) Setjið stóra ofnhelda pönnu á meðalhita og hitið síðan smá olíu í hana.
d) Smyrjið kjúklingabringurnar með hveitiblöndunni og brúnið þær síðan á pönnu í 4 mín á hvorri hlið. Færðu pönnu með kjúklingi í ofninn og eldaðu í 17 mín.
e) Eldið penne pastað með því að fylgja leiðbeiningunum á pakkanum þar til það verður dente.
f) Tæmdu það og settu það til hliðar.
g) Til að gera sósuna:
h) Settu stóran pott á miðlungshita. Bætið við það 1 oz. af olíu. Eldið í henni rauða paprikuna með hvítlauk í 1 mín. Hrærið hveitinu saman við.
i) Hrærið víninu saman við og kælið í 1 mín. Bætið rjómanum og spínatinu út í og eldið þar til það byrjar að sjóða. Hrærið ostinum saman við þar til hann bráðnar.
j) Fáðu þér stóra blöndunarskál: Kastaðu pastanu með 1/2 af sósunni. Berið pastað fram heitt með kjúklingi og hellið síðan sósunni sem eftir er ofan á.

17. Bakaður penne með kalkúnakjötbollum

HRÁEFNI S :
- 1 pund Malaður kalkúnn
- 1 stór hvítlauksrif; hakkað
- ¾ bolli Nýtt brauðrasp
- ½ bolli Fínt saxaður laukur
- 3 matskeiðar furuhnetur; ristað
- ½ bolli Hakkað fersk steinseljulauf
- 1 stórt egg; barinn létt
- 1 tsk Salt
- 1 tsk Svartur pipar
- 4 matskeiðar Ólífuolía
- 1 pund Penne
- 1½ bolli Grófrifinn mozzarellaostur
- 1 bolli Nýrifinn Romano ostur
- 6 bollar tómatsósa
- 1 gámur; (15 oz.) Ricotta ostur

LEIÐBEININGAR:
a) Hrærið vel saman í skál kalkún, hvítlauk, brauðmylsnu, lauk, furuhnetur, steinselju, egg, salt og pipar og mótið í kjötbollur og elda .
b) Elda pasta
c) Blandið saman mozzarella og Romano í lítilli skál. Setjið um 1½ bolli tómatsósu og helminginn af kjötbollum í tilbúið fat og setjið helminginn af pasta ofan á.
d) Dreifið helmingi sósu sem eftir er og helmingi ostablöndu yfir pasta. Settu afganginn af kjötbollunum ofan á og dreifðu dúkkum af ricotta yfir kjötbollurnar. Bakið penne í miðjum ofni í 30 til 35 mínútur .

18.Klassískt Penne Pasta

Gerir: 8
HRÁEFNI:
- 1 (16 oz.) pakki penne pasta
- 2 (14,5 oz.) dósir sneiddir tómatar
- 2 matskeiðar ólífuolía
- 1 pund rækja, afhýdd og afveguð
- 1/4 bolli niðurskorinn rauðlaukur
- 1 bolli rifinn parmesanostur
- 1 matskeiðar skorinn hvítlaukur
- 1/4 bolli hvítvín

LEIÐBEININGAR:
a) Sjóðið pastað í vatni og salti í 9 mínútur og fjarlægðu síðan vökvann.
b) Byrjaðu nú að steikja hvítlaukinn og laukinn í olíu þar til laukurinn er orðinn mjúkur.
c) Bætið svo tómötum og víni út í.
d) Látið malla í 12 mínútur á meðan hrært er. Bætið svo rækjunni út í og eldið allt í 6 mínútur.
e) Bætið nú pastanu út í og hrærið öllu saman.

ROTINI PASTA

19.Rækju- og kirsuberjatómatsalat

Gerir: 6 skammta
HRÁEFNI:
- ¾ pund rækjur, soðnar þar til þær verða bleikar, um það bil 2 mínútur, og tæmd
- 12 aura af rotini pasta

GRÆNTÆMI
- 1 kúrbít, saxað
- 2 gular paprikur, skornar í fjórða
- 10 vínberutómatar, helmingaðir
- ½ tsk salt
- ½ hvítlaukur, þunnt sneiddur
- ¼ bolli svartar ólífur, sneiddar
- 2 bollar Baby spínat

RÓMAMÆK SÓSA
- 4 matskeiðar ósaltað smjör
- 4 matskeiðar alhliða hveiti
- ½ tsk salt
- 1 tsk hvítlauksduft
- 1 tsk laukduft
- 4 matskeiðar næringarger
- 2 bollar mjólk
- 2 matskeiðar sítrónusafi

TIL AFREISNUNAR
- Svartur pipar

LEIÐBEININGAR:
PASTA:
a) Útbúið pasta al dente samkvæmt leiðbeiningunum á kassanum.
b) Tæmdu og settu síðan til hliðar.
GRÆNTÆMI:
c) Setjið pönnu yfir meðalhita og bætið við smá olíu.
d) Á meðan hrært er af og til, eldið kúrbítinn, paprikuna, laukinn og saltið í 8 mínútur.
e) Bætið tómötunum út í og eldið í 3 mínútur í viðbót, eða þar til grænmetið er meyrt.
f) Bætið spínatinu út í og eldið í um 3 mínútur eða þar til það er visnað.
RÓMAMÆK SÓSA:
g) Bræðið smjörið í potti við meðalhita.
h) Bætið hveitinu út í og þeytið varlega til að mynda slétt deig.
i) Bætið mjólkinni út í og þeytið aftur.
j) Þeytið restinni af sósunni út í og látið malla í um 5 mínútur.
SAMSETNING:
k) Sameina soðnar rækjur, soðið pasta, grænmeti, svartar ólífur og rjómalöguð sósu í skál.
l) Skreytið með stökkva af svörtum pipar.

20.Ferskt sítrónupasta

Gerir: 8
HRÁEFNI:
- 1 (16 oz.) pakki þriggja lita rotini pasta
- 1 klípa salt og malaður svartur pipar til
- 2 tómatar, fræhreinsaðir og skornir í teninga
- smakka
- 2 gúrkur - skrældar, fræhreinsaðar og
- 1 avókadó, skorið í teninga
- hægelduðum
- 1 kreisti sítrónusafi
- 1 (4 oz.) dós svartar ólífur í sneiðar
- 1/2 bolli ítalsk dressing, eða meira eftir smekk
- 1/2 bolli rifinn parmesanostur

LEIÐBEININGAR:
a) Eldið pastað eftir leiðbeiningum á pakkningunni.
b) Fáðu þér stóra blöndunarskál: Blandaðu saman pasta, tómötum, gúrkum, ólífum, ítölskum dressingu, parmesanosti, salti og pipar. Hrærið vel í þeim.
c) Settu pastað í ísskáp í 1 klst 15 mín.
d) Fáðu þér litla blöndunarskál: Hrærið sítrónusafanum saman við avókadóið. Kastaðu avókadóinu með pastasalati og berðu það síðan fram.
e) Njóttu.

21.Ostur Pepperoni Rotini salat

Gerir: 8
HRÁEFNI:
- 1 (16 oz.) pakki þriggja lita rotini pasta
- 1 (8 oz.) pakki mozzarella ostur
- 1/4 pund niðurskorin pepperoni pylsa
- 1 bolli ferskt spergilkál
- 1 (16 oz.) flaska ítalskt salat
- 1 (6 oz.) dós svartar ólífur, tæmd
- klæða sig

LEIÐBEININGAR:

a) Eldið pastað eftir leiðbeiningum á pakkningunni.

b) Fáðu þér stóra hrærivélaskál: Helltu í hana pasta, pepperóní, spergilkál, ólífur, ost og dressingu.

c) Stilltu kryddið á salatinu og settu það í ísskáp í 1 klst 10 mín. Berið fram.

22.Rjómalöguð tómatrotini pasta í einum potti

Gerir: 4 skammta

HRÁEFNI:
- 1 matskeið af ólífuolíu
- 3 geirar af söxuðum hvítlauk
- 8 aura af rotini pasta (eða einhverju meðalstóru pasta)
- 14 aura af niðursoðnum hægelduðum tómötum með safa þeirra
- 3 matskeiðar af tómatmauki
- 1 tsk af ítölsku kryddi
- ½ tsk af valkvæðum chili flögum
- Salt og pipar eftir smekk
- 2 ½ - 3 bollar af vatni eða seyði (meira ef þarf)
- 2 bollar af söxuðum og soðnum kjúklingi (afgangur eða rotisserie kjúklingur virkar vel)
- ⅔ bolli af þungum rjóma
- 2 matskeiðar af saxaðri ferskri steinselju
- 1 únsa af rifnum ferskum parmesanosti
- 1 ⅓ bollar af rifnum mozzarellaosti

LEIÐBEININGAR:
a) Hitið ólífuolíu í stórri ofnþéttri pönnu, bætið síðan við og steikið hakkaðan hvítlauk þar til hann er ilmandi.
b) Hrærið ósoðið pasta, niðursoðnu tómötum, tómatmauki, ítölsku kryddi, chili flögum (ef það er notað) og 2 ½ bolla af vatni saman við. Látið malla ólokið þar til pastað er soðið, bætið við meira vatni ef þarf (venjulega um 11-13 mínútur; passið að það sé nægur vökvi til að búa til sósu).
c) Hrærið kjúklingnum og þungum rjómanum saman við. Látið malla í 2-3 mínútur í viðbót eða þar til sósan þykknar aðeins og kjúklingurinn hitinn í gegn.
d) Takið af hitanum og hrærið steinselju og parmesanosti saman við. Toppið með mozzarellaosti, steikið síðan þar til hann er freyðandi og léttbrúnn.
e) Njóttu dýrindis og auðvelt að búa til rjómalaga tómata rotini pasta!

23. Saucy nautakjöt Rotini í einum potti

Gerir: 4 skammta

HRÁEFNI:
- 3/4 pund af magurt nautahakk (90% magurt)
- 2 bollar af ferskum sveppum í sneiðum
- 1 meðalstór laukur, saxaður
- 3 hvítlauksrif, söxuð
- 3/4 teskeið af ítölsku kryddi
- 2 bollar tómat basil pastasósa
- 1/4 teskeið af salti
- 2 1/2 bollar af vatni
- 3 bollar af ósoðnu heilhveiti rotini (um það bil 8 aura)
- 1/4 bolli af rifnum parmesanosti

LEIÐBEININGAR:
a) Eldið fyrstu 5 hráefnin í 6 lítra potti við meðalháan hita þar til nautakjötið er ekki lengur bleikt, sem tekur 6-8 mínútur. Myljið nautakjötið og tæmið umframfeiti.

b) Bætið við pastasósunni, salti og vatni; látið suðuna koma upp. Hrærið rotini saman við og látið suðuna koma upp aftur.

c) Lækkið hitann, setjið lok á og látið malla í 8-10 mínútur eða þar til pastað nær al dente þéttleika, hrærið í af og til.

d) Berið fram með rifnum osti yfir.

e) Njóttu þessa nautakjöts rotini sem er gerður í einum potti, fullkomin lausn fyrir spaghettídaginn án sóðalegra réttanna.

24.Kjúklingur og spergilkál Rotini í einum potti

Gerir: 8
HRÁEFNI:
- 1 pund beinlausar roðlausar kjúklingabringur
- 1 msk ólífuolía
- 1 tsk salt
- 1/2 tsk pipar
- 1 tsk þurrkað oregano
- 4 bollar natríumsnautt kjúklingasoð
- 1 pund ósoðið rotini eða svipað pasta
- 1 bolli þungur rjómi
- 1 bolli rifinn parmesanostur
- 2 bollar spergilkál (gufu eða 12 oz gufu-í-poka frosið spergilkál)
- 3 rifin hvítlauksrif

LEIÐBEININGAR:
a) Skerið kjúklinginn í litla bita.
b) Hitið ólífuolíu í 4,5 lítra djúpum potti yfir miðlungshita.
c) Bætið kjúklingi, oregano, hvítlauk, salti og pipar út í og eldið þar til kjúklingurinn er ekki lengur bleikur, sem tekur um 3-4 mínútur.
d) Hrærið ósoðið pasta og seyði út í, látið suðuna koma upp, hyljið síðan og lækkið hitann í miðlungs lágan.
e) Eldið í 8-10 mínútur, hrærið í hálfa leið, eða þar til pastað er al dente.
f) Bætið við rjóma, parmesan og gufusoðnu spergilkáli.
g) Blandið öllu hráefninu saman þar til það verður gott og rjómakennt.
h) Skreytið með viðbótar parmesanosti og ferskri ítölskri steinselju.
i) Njóttu þessa fljótlega og auðvelda rjómalaga kjúklinga- og spergilkáls rotini réttar, allt gert í einum potti.

25.Rotini með einni pönnu með tómatrjómasósu

Gerir: 6 skammta
HRÁEFNI:
- 1 pund magurt nautahakk (90% magurt)
- 1 meðalstór laukur, saxaður
- 2 hvítlauksrif, söxuð
- 1 tsk ítalskt krydd
- 1/2 tsk pipar
- 1/4 tsk salt
- 2 bollar nautakraftur
- 1 dós (14-1/2 aura) eldristaðir hægeldaðir tómatar, ótæmdir
- 2 bollar ósoðið spíralpasta
- 1 bolli frosnar baunir
- 1 bolli þungur þeyttur rjómi
- 1/2 bolli rifinn parmesanostur

LEIÐBEININGAR:
a) Á stórri pönnu, eldið nautakjötið og laukinn við meðalhita þar til nautakjötið er ekki lengur bleikt og laukurinn mjúkur, sem tekur um 5-10 mínútur. Vertu viss um að brjóta nautakjötið í mola og tæma síðan umframfitu.
b) Bætið við hvítlauk og kryddi og eldið í eina mínútu til viðbótar.
c) Hrærið nautakraftinum og tómötunum saman við og látið suðuna koma upp.
d) Bætið pastanu og baunum út í og lækkið hitann. Látið malla undir loki þar til pastað er meyrt, sem tekur venjulega 10-12 mínútur.
e) Hrærið rjóma og osti smám saman út í, en passið að láta það ekki sjóða.
f) Njóttu einnar pönnu rotini með tómatrjómasósu, fjölskyldusamþykktri máltíð sem er auðvelt að útbúa og þrífa!

26.Parmesan Rotini pönnu

Gerir: 8
HRÁEFNI:
- 1 pund ítalska svínapylsutengill, hlíf fjarlægð
- 1 dós (15 oz hver) EÐA 1 öskju (14,8 oz) Hunt's® tómatsósa
- 1 dós (14,5 únsur hver) Hunt's® hægeldaðir tómatar, ótæmdir
- 2 bollar vatn
- 1/2 tsk þurrkuð basilíkublöð
- 1/2 tsk þurrkuð oregano lauf
- 3 bollar rotini pasta, ósoðið
- 1 bolli ricotta ostur
- 1/2 bolli Kraft® rifinn parmesan ostur, skipt
- 1/2 tsk steinseljuflögur

LEIÐBEININGAR:
a) Myljið pylsuna í stóra, djúpa pönnu. Eldið í 8 til 10 mínútur, eða þar til það er jafnbrúnt, hrærið oft. Tæmdu pylsuna og settu hana síðan aftur á pönnuna.
b) Hrærið tómatsósunni, ótæmdum tómötum, vatni, basil og oregano saman við. Látið suðuna koma upp í blöndunni. Bætið pastanu út í og hrærið. Lokið, látið malla við meðalhita í 18 til 20 mínútur, eða þar til pastað er mjúkt, hrærið af og til.
c) Blandið saman ricotta, 1/4 bolli parmesan og steinselju. Helltu þessari blöndu yfir pastað og hrærðu því varlega með skeið. Stráið afganginum af parmesan ofan á.
d) Njóttu bragðmikils Parmesan Rotini-pönnu, fljótlegrar og seðjandi máltíðar sem er unnin á aðeins einni pönnu.

27.Einn pönnu kjúklingur Rotini

Gerir: 4

HRÁEFNI:
- 1 msk. ólífuolía
- 1 tsk. hakkað hvítlauk
- 8 únsur. þurrt rotini pasta (2 bollar)
- 4 únsur. fitulítill rjómaostur, í teningum
- 1 bolli niðurrifnar gulrætur í poka
- 2 bollar saxaður soðinn kjúklingur (eða skinka)
- 2 dósir (14,5 oz hver) Grænar baunir með sveppum, tæmdar
- 1/2 bolli rifinn parmesanostur
- 1/4 bolli söxuð fersk basilíka

LEIÐBEININGAR:
a) Hitið ólífuolíu í djúpri 10 tommu pönnu; bætið hvítlauk út í og eldið í 30 sekúndur, hrærið stöðugt í.
b) Bætið 3 1/2 bolla af vatni varlega út í, látið suðuna koma upp. Hrærið pastanu saman við, suðu aftur upp og lækkið niður í meðalhita. Eldið við lága suðu samkvæmt leiðbeiningum á umbúðum, hrærið oft, þar til pastað er al dente, sem er venjulega um það bil 2 mínútur lengur en pakkann. EKKI tæma.
c) Hrærið rjómaostinum, gulrótum, kjúklingi (eða skinku), grænum baunum og parmesanosti saman við. Eldið í 4 mínútur eða þar til þær eru orðnar í gegn og gulræturnar eru mjúkar-stökkar.
d) Hrærið basilíkunni saman við áður en hún er borin fram.
e) Njóttu einnar pönnu kjúklingarotini þíns, ljúffeng og skilvirk leið til að nota afganga og búa til seðjandi máltíð.

JUMBO SKEL

28.Ítalskar pylsur fylltar skeljar

Gerir: 4-6 skammta
HRÁEFNI:
FYRIR PASTAÐ:
- 24 jumbo pastaskeljar

FYRIR PYLSU MARINARA:
- 1 pund (450 g) ítalsk pylsa, hlíf fjarlægð
- 1 lítill laukur, smátt saxaður
- 2 hvítlauksgeirar, saxaðir
- 28 aura dós af muldum tómötum
- 1 tsk þurrkuð basil
- 1 tsk þurrkað oregano
- Salt og svartur pipar, eftir smekk

FYRIR FYLTINGU OG SKREIT:
- 2 bollar ricotta ostur
- 1 ½ bolli rifinn mozzarella ostur
- ½ bolli rifinn parmesanostur
- ¼ bolli fersk steinselja, söxuð
- 1 egg

FYRIR SAMKOMUN:
- Ólífuolía til smurningar

LEIÐBEININGAR:
FYRIR PASTAÐ:
a) Forhitaðu ofninn þinn í 350°F (175°C).
b) Eldið júmbó pastaskeljarnar samkvæmt leiðbeiningum á pakka þar til þær eru bara al dente.
c) Tæmdu þau og settu þau til hliðar til að kólna.

FYRIR PYLSU MARINARA:
d) Í stórri pönnu, hitið smá af ólífuolíu yfir miðlungs háan hita.
e) Bætið ítölsku pylsunni út í og eldið þar til hún er brún og ekki lengur bleik, brjótið hana í sundur með skeið. Fjarlægðu alla umframfitu.
f) Bætið söxuðum lauknum og söxuðum hvítlauk á pönnuna með pylsunni og eldið í um 2-3 mínútur þar til laukurinn verður hálfgagnsær.
g) Hrærið muldum tómötum, þurrkuðu basilíku, þurrkuðu oregano, salti og svörtum pipar saman við.
h) Sjóðið sósuna í um það bil 10 mínútur til að láta bragðið blandast saman og þykkna aðeins. Fjarlægðu það af hitanum.

FYRIR FYLTINGU:
i) Blandið saman ricotta ostinum, 1 bolla af mozzarellaosti, ¼ bolli af parmesanosti, saxaðri steinselju og egginu í blöndunarskál.
j) Blandið vel saman til að búa til fyllingarblönduna.

SAMSETNING:
k) Smyrjið eldfast mót með ólífuolíu.
l) Smyrjið þunnu lagi af pylsumarinara sósunni neðst á réttinn.
m) Fylltu hverja soðna pastaskel varlega með ostablöndunni og raðaðu þeim í tilbúið eldfast mót.
n) Hellið afganginum af marinara sósunni yfir fylltu skeljarnar.
o) Stráið hinum ½ bolla af mozzarellaosti og öðrum parmesanosti sem eftir er ofan á skeljarnar.

BAKA:
p) Hyljið bökunarformið með álpappír og bakið í forhituðum ofni í 20-25 mínútur.
q) Fjarlægðu álpappírinn og haltu áfram að baka í 10 mínútur í viðbót, eða þar til osturinn er orðinn freyðandi og örlítið gullinn.
r) Leyfðu réttinum að kólna í nokkrar mínútur, berðu síðan fram ítölsku pylsufylltu skeljarnar þínar heitar, skreyttar með ferskri steinselju til viðbótar ef þess er óskað.

29.Spínat og þriggja osta fylltar skeljar

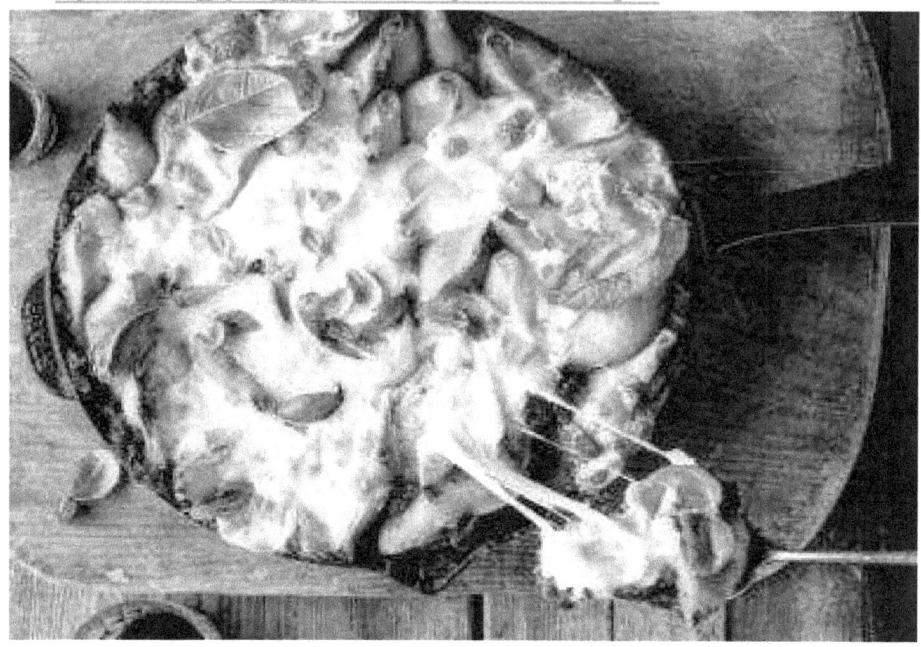

Gerir: 6 TIL 8

HRÁEFNI:
- 2 matskeiðar extra virgin ólífuolía
- 1 pund mulin sterk ítalsk pylsa
- 2 (28 aura) dósir muldir tómatar, eins og San Marzano eða Pomi tómatar
- 1 rauð paprika, fræhreinsuð og skorin í sneiðar
- 2 tsk þurrkað oregano
- ½ tsk muldar rauðar piparflögur, auk meira eftir þörfum
- Kosher salt og nýmalaður pipar
- 1 (8 aura) poki frosið hakkað spínat, þíðað og þerrað
- 1 (1 pund) kassi jumbo pastaskeljar
- 16 aura nýmjólkur ricotta ostur
- 2 bollar rifinn Gouda ostur
- 1 bolli fersk basilíkublöð, saxuð, auk meira til að bera fram
- 8 aura ferskur mozzarellaostur, rifinn

LEIÐBEININGAR:

a) Forhitið ofninn í 350°F.

b) Hitið ólífuolíuna í stórri ofnþolinni pönnu yfir meðalháum hita. Þegar olían ljómar, bætið pylsunni út í og eldið, brjótið hana upp með tréskeið, þar til hún er brún, 5 til 8 mínútur. Lækkið hitann í lágan og bætið niður muldum tómötum, papriku, oregano, rauðum piparflögum og smá salti og pipar. Látið malla þar til sósan þykknar aðeins, 10 til 15 mínútur. Hrærið spínatinu saman við. Smakkið til og bætið við meira salti, pipar og rauðum piparflögum.

c) Á meðan skaltu suðu koma upp í stórum potti af söltu vatni við háan hita. Bætið skeljunum út í og eldið samkvæmt leiðbeiningum á pakka þar til al dente. Tæmið vel.

d) Blandaðu saman ricotta, Gouda og basil í miðlungs skál. Flyttu blönduna í lítra stærð zip-top poka. Ýttu blöndunni í eitt hornið á pokanum, kreistu loftið úr toppnum á pokanum og klipptu um ½ tommu af því horninu.

e) Vinnið með einn í einu, pípið um það bil 1 matskeið af ostablöndunni í hverja skel og setjið þær síðan í pönnu. Stráið skeljunum jafnt yfir mozzarella.

f) Færðu pönnuna yfir í ofninn og bakaðu þar til osturinn hefur bráðnað og brúnast létt ofan á, 25 til 30 mínútur.

30.Decadent spínatfylltar skeljar

HRÁEFNI:
- 1 pakki (12 aura) jumbo pastaskeljar
- 1 krukka (24 aura) ristuð rauð paprika og hvítlaukspastasósa
- 2 pakkar (8 aura hver) rjómaostur, mildaður
- 1 bolli ristuð hvítlauks Alfredo sósa
- Dash salt
- Dash pipar
- Dash muldar rauðar piparflögur, valfrjálst
- 2 bollar rifin ítalsk ostablanda
- 1/2 bolli rifinn parmesanostur
- 1 pakki (10 únsur) frosið hakkað spínat, þíðað og kreist þurrt
- 1/2 bolli smátt skorin vatnspökkuð þistilhjörtu
- 1/4 bolli smátt skorinn ristaður sætur rauður pipar
- Auka parmesanostur, valfrjálst

LEIÐBEININGAR:
a) Hitið ofninn í 350°. Eldið pastaskeljar samkvæmt leiðbeiningum á pakka fyrir al dente. Tæmdu.

b) Dreifið 1 bolla sósu í smurða 13x9-in. bökunarréttur. Þeytið rjómaost, Alfredo sósu og krydd í stóra skál þar til það er blandað saman. Hrærið ostum og grænmeti saman við. Skeið í skeljar. Raðið í tilbúið eldfast mót.

c) Hellið afganginum af sósunni yfir. Bakið, lokið, 20 mínútur. Ef þess er óskað, stráið viðbótar Parmesanosti yfir. Bakið, án loks, 10-15 mínútum lengur eða þar til osturinn er bráðinn.

31. Hvítlauksfylltar Jumbo Pasta skeljar

Gerir: 24 skammta
HRÁEFNI:
- 500 grömm Jumbo pastaskeljar, soðnar þar til þær eru mjúkar og tæmdar
- 6 matskeiðar Smjör
- 6 hvítlauksgeirar, smátt saxaðir (með klípu af salti)
- 500 gr Ricotta ostur
- 250 grömm kotasæla
- 1/4 bolli rifinn parmesan
- 6 sneiðar af prosciutto, smátt saxaðar
- 6 matskeiðar hveiti
- 2 bollar Mjólk
- 1 bolli Þungur rjómi
- 1/2 bolli Nýsaxuð steinselja
- 6 Ansjósuflök, smátt skorin
- 3 matskeiðar Nýsaxuð steinselja
- 3 matskeiðar fersk basil, saxuð
- 2 eggjarauður, þeyttar
- Salt og pipar eftir smekk

LEIÐBEININGAR:

a) Byrjið á því að bræða smjörið í potti við vægan hita. Bætið fínt söxuðum hvítlauk út í og steikið þar til hann byrjar að verða gullbrúnn. Takið af hitanum og bætið hveitinu út í.

b) Setjið pottinn aftur á hita og eldið, hrærið stöðugt í í tvær mínútur. Gakktu úr skugga um að hveitið breyti ekki um lit.

c) Takið af hellunni og bætið mjólkinni og rjómanum út í í einu. Þeytið kröftuglega þar til blandan verður slétt. Setjið pönnuna yfir meðalhita og bætið steinseljunni og ansjósunum út í.

d) Eldið og hrærið stöðugt þar til sósan nær því að vera eins og þungur rjómi. Takið af hitanum og kryddið með salti og pipar eftir smekk. Hafðu það afhjúpað.

e) Blandið saman ricotta, kotasælu, parmesan, steinselju, basil, prosciutto og þeyttum eggjarauðu í stórri blöndunarskál. Saltið og piprið eftir smekk og blandið vel saman.

f) Fylltu hverja júmbóskel með hluta af ostablöndunni. Þrýstu varlega saman langhliðum hverrar skeljar til að viðhalda upprunalegu lögunni frá því áður en hún var suðuð. Fjarlægðu alla umfram fyllingu.

g) Hellið um það bil tveimur bollum af sósunni í botninn á ofnformi sem er nógu stórt til að rúma allar 24 skeljarnar í einu lagi. Setjið fylltu skeljarnar í fatið og hellið sósunni sem eftir er yfir þær.

h) Bakið í forhituðum ofni við 375°F í 15 mínútur. Berið fram strax. Njóttu dýrindis hvítlauksfylltu jumbo pastaskeljanna þinna!

32.Fylltar pastaskeljar á helluborði

Gerir: Um það bil 4 til 6 manns
HRÁEFNI:
- 15 júmbó pastaskeljar
- 1 ½ bolli ricotta ostur
- 2 bollar rifinn mozzarellaostur, skipt
- ¾ bolli rifinn parmesanostur, skipt
- 2 matskeiðar fersk basilíkublöð, grófsöxuð
- ½ tsk salt
- ¼ tsk svartur pipar
- 2 bollar marinara sósa

LEIÐBEININGAR:
a) Byrjaðu á því að sjóða stóran pott af saltvatni. Bætið pastaskeljunum út í pottinn og eldið samkvæmt leiðbeiningum á pakkanum, miðið við al dente.
b) Ábending: Sjóðið nokkrar skeljar til viðbótar ef þú vilt hafa öryggisafrit ef eitthvað rifnar eða brotnar (það gerist!). Ef þú ert ekki vandlátur með það skaltu fara á undan og sjóða nákvæmlega 15 skeljar.
c) Skolið soðnu pastaskeljarnar undir köldu vatni þar til þær eru nógu kaldar til að hægt sé að höndla þær og tæmdu þær síðan. Leggið þær til hliðar á meðan þið útbúið ostafyllinguna.
d) Blandaðu saman ricotta, 1 bolla af mozzarella, ½ bolli af parmesan, basil, salti og pipar í meðalstórri skál. Blandið þar til allt hráefnið hefur blandast vel saman.
e) Fylltu hverja skel með um það bil 1 til 2 matskeiðum af ostablöndunni. Passaðu að pakka fyllingunni þétt saman til að koma í veg fyrir að hún bráðni og hellist niður á meðan á eldun stendur. Haldið áfram þar til allar skeljarnar eru fylltar.
f) Hellið marinara sósunni í stóra pönnu með háum hliðum. Raðið fylltu skeljunum varlega í pönnuna og passið að topparnir á skeljunum haldist fyrir ofan sósuna (þetta kemur í veg fyrir að ostafyllingin bráðni inn í sósuna, þó hún sé enn ljúffeng).
g) Stráið hinum 1 bolla af mozzarella og ¼ bolla af parmesanosti yfir skeljarnar. Lokaðu pönnunni og settu hana á helluborð sem stillt er á miðlungs lágan hita. Eldið þar til osturinn ofan á er bráðinn og skeljarnar eru hitnar í gegn, sem tekur venjulega um 10 mínútur.
h) Njóttu gómsætu fylltu pastaskeljanna þína á helluborðinu!

33. Grænmetispönnu fylltar skeljar

HRÁEFNI:
- 18 jumbo pastaskeljar (um það bil 6 oz.)
- 1 1/2 tsk. kosher salt, auk auka til að krydda
- 2 msk. extra virgin ólífuolía
- 1/2 pund crimini sveppir, þunnar sneiðar
- 1 tsk. nýmalaður svartur pipar
- 1/2 bolli þurrt hvítvín eða vermút
- 5 únsur. barnaspínat
- 6 hvítlauksgeirar, þunnar sneiðar
- 2 msk. Ósaltað smjör
- 3 bollar marinara sósa
- 1/2 tsk. muldar rauðar piparflögur
- 2 bollar nýmjólkurricotta
- 3 únsur. fínt rifinn parmesan (um 1 bolli), auk meira til að bera fram
- 3 msk. smátt saxað oregano, skipt

LEIÐBEININGAR:

a) Eldið pastaskeljarnar í stórum potti af sjóðandi, söltu vatni, hrærið af og til þar til þær eru orðnar mjög al dente, um það bil 9 mínútur. Tæmið og látið renna undir köldu vatni til að stöðva eldunina. Tæmdu aftur.

b) Á meðan pastað er að eldast skaltu hita ólífuolíuna á stórri pönnu við háan hita. Bætið þunnt sneiðum sveppunum út í og eldið, hrærið af og til, þar til þeir losa safinn, verða þá þurrir og fallega brúnaðir, sem tekur um 5-6 mínútur. Kryddið með svörtum pipar og 1 tsk. af salti. Lækkið hitann í miðlungs, bætið víninu út í og eldið, hrærið, þar til það hefur minnkað um helming, sem tekur 1-2 mínútur. Bætið spínatinu út í, setjið lok á og eldið þar til það byrjar að visna, um það bil 1-2 mínútur. Afhjúpaðu og haltu áfram að elda, hrærið af og til, þar til spínatið er alveg visnað og mestur vökvinn hefur gufað upp, um 2-4 mínútur í viðbót. Flyttu sveppablönduna í stóra skál og geymdu pönnuna.

c) Eldið hvítlaukinn og smjörið í frátekinni pönnu við miðlungsháan hita, hrærið af og til þar til hvítlaukurinn verður ilmandi og byrjar að brúnast, sem tekur 2-3 mínútur. Bætið marinara sósunni og rauðum piparflögum út í og látið sjóða við vægan hita. Eldið, hrærið af og til, þar til það hefur hitnað í gegn, um 6-8 mínútur.

d) Á meðan sósan er að elda skaltu bæta við ricotta, 3 oz. af parmesan, 2 msk. af oregano, og afgangurinn 1/2 tsk. af salti í sveppablönduna og hrærið til að blanda saman. Skeið um 2 msk. af ricotta blöndunni í hverja skel, fylltu þær upp að rúmmáli en fylltu ekki of mikið.

e) Settu fylltu skeljarnar í heitu sósuna á pönnunni. Lokið og eldið við meðalhita þar til skeljarnar eru orðnar í gegn, 4–6 mínútur. Takið af hitanum og látið standa í 5 mínútur. Stráið parmesan yfir og afganginum 1 msk. af oregano.

f) Njóttu dásamlegra grænmetispönnufylltra skeljanna þinna!

34.Tacofylltar pastaskeljar

Gerir: 8

HRÁEFNI:
- 8 oz ósoðnar jumbo pastaskeljar (um það bil 24 skeljar úr 12 oz kassa)
- 1 pund magurt (að minnsta kosti 80%) nautahakk
- 1 pakki (1 oz) taco kryddblanda
- 1 dós (14,5 oz) eldristaðir niðursoðnir tómatar, ótæmdir
- 1 pakki (8 oz) rifinn mexíkóskur ostablanda (jafngildir 2 bollum)
- 1 bolli niðurskornir plómutómatar (Roma).
- 1/4 bolli hakkað ferskt kóríander

LEIÐBEININGAR:

a) Forhitaðu ofninn þinn í 350°F. Eldið pastaskeljarnar eins og leiðbeiningar eru á kassanum og tæmdu þær síðan.

b) Í 12 tommu nonstick pönnu, eldið nautahakkið við meðalháan hita í um það bil 5 mínútur, hrærið oft þar til það er fulleldað. Tæmdu allri umframfitu. Bætið við taco kryddblöndunni, muldum tómötum og 1 bolla af rifnum osti. Hrærið vel þar til osturinn er alveg bráðinn.

c) Fylltu hverja pastaskel með um það bil 1 matskeið af nautakjötsblöndunni og settu þær í ósmurt 13x9 tommu (3-quart) gler ofnform. Toppið fyllið skeljarnar með hægelduðum plómutómötum og söxuðum kóríander, stráið síðan hinum 1 bolla af osti yfir.

d) Bakið í 15 til 20 mínútur eða þar til rétturinn er hitinn í gegn og osturinn er fullkomlega bráðinn. Berið fram tacofylltu pastaskeljarnar á meðan þær eru heitar.

e) Njóttu einstakra og ljúffengra Taco-fyllta pastaskelja!

35.Sumarfylltar skeljar

Gerir: 6 manns
HRÁEFNI:
- 20 til 25 jumbo pastaskeljar, soðnar
- 2 matskeiðar ólífuolía
- 1 sætur laukur, skorinn í teninga
- 4 hvítlauksrif, söxuð
- 1 kúrbítssquash, saxaður
- 2 maís eyru, kjarna skornir úr kolunum
- Kosher salt og pipar
- 15 aura ricotta ostur
- 1 stórt egg, létt þeytt
- 2 bollar nýrifinn mozzarella eða provolone ostur
- 1/2 bolli fínt rifinn parmesanostur, auk auka til að bera fram
- 2/3 bolli pestó (helst basil pestó)
- 2 bollar marinara sósa
- Fersk basilíka, til framreiðslu

LEIÐBEININGAR:

a) Forhitaðu ofninn þinn í 350 gráður F. Sjóðið pastaskeljarnar í söltu vatni samkvæmt leiðbeiningum á pakkanum. Þegar þau eru soðin skaltu tæma þær.

b) Hitið ólífuolíuna í ofnþolnum hollenskum ofni eða steypujárnspönnu. Bætið við hægelduðum lauk og hakkaðri hvítlauk ásamt smá salti og pipar. Eldið, hrærið oft, þar til þær verða örlítið mjúkar. Hrærið söxuðum kúrbítnum og maísnum saman við með annarri klípu af salti og pipar. Eldið þar til þau eru mjúk, sem ætti að taka um 5 til 6 mínútur. Slökkvið á hitanum og látið kólna aðeins.

c) Blandaðu saman ricotta osti, þeyttu eggi, 1 bolla af mozzarella osti, parmesanosti og 1/3 bolli af pestó í stórri skál. Bætið við smá salti og pipar og blandið þar til vel blandað saman. Flyttu kúrbíts- og maísblöndunni yfir í ricottablönduna og hrærðu þar til það er alveg blandað saman.

d) Bætið marinara sósunni á ofnheldu pönnuna þar sem þú eldaðir kúrbíts- og maísblönduna.

e) Taktu hverja jumbo pastaskel og fylltu hana með 2 til 3 matskeiðum af ricotta-pestó fyllingunni. Setjið fylltu skeljarnar í marinara sósuna á pönnunni. Endurtaktu með skeljunum sem eftir eru. Ef þú átt auka skeljar skaltu bæta smá sósu í lítið eldfast mót eða pönnu og leggja skeljarnar í lag.

f) Setjið afganginn af pestóinu ofan á skeljarnar. Stráið afganginum af mozzarellaosti yfir þá. Bakið í 25 til 30 mínútur, þar til rétturinn er heitur, gullinn og freyðandi.

g) Takið pönnuna úr ofninum og látið standa í nokkrar mínútur. Toppið með auka parmesan, ferskri basil og jafnvel meira pestó ef vill. Berið fram og njótið dýrindis sumarfylltu skeljanna ykkar!

LINGUINE PASTA

36.Romano Linguine pastasalat

Gerir: 6
HRÁEFNI:
- 1 (8 oz.) pakki linguine pasta
- 1/2 tsk rauðar piparflögur
- 1 (12 oz.) poki spergilkál florets, skorið í hæfilega stóra bita
- 1/4 tsk malaður svartur pipar
- salt eftir smekk
- 1/4 bolli ólífuolía
- 4 tsk hakkaður hvítlaukur
- 1/2 bolli fínt rifinn Romano ostur
- 2 matskeiðar fínt söxuð fersk flatblaða steinselja

LEIÐBEININGAR:
a) Eldið pastað eftir leiðbeiningum á pakkningunni.
b) Látið suðu koma upp í pott af vatni. Setjið gufubát ofan á. Látið spergilkálið gufa í því með loki á í 6 mín
c) Setjið pott yfir meðalhita. Hitið olíuna í henni. Steikið í því hvítlaukinn með piparflögum í 2 mín.
d) Fáðu þér stóra blöndunarskál: Færðu yfir í hana steikta hvítlauksblönduna með pasta, spergilkál, Romano osti, steinselju, svörtum pipar og salti. Blandið þeim vel saman.
e) Stilltu kryddið á salatinu. Berið það fram strax.
f) Njóttu.

37.Lemon Ricotta Pasta með kjúklingabaunum

Gerir: 4
HRÁEFNI:
- 8 aura af linguine pasta
- 1 bolli ricotta ostur
- 1 dós (15 aura) kjúklingabaunir, tæmd og skoluð
- 3 bollar Toskana grænkál, stilkar fjarlægðir og grófsaxaðir
- 2 matskeiðar extra virgin ólífuolía
- 3 hvítlauksrif, söxuð
- 1 matskeið sítrónubörkur
- 2 matskeiðar sítrónusafi
- Salt og pipar eftir smekk
- Sítrónusneiðar, til skrauts

LEIÐBEININGAR:

a) Byrjaðu á því að koma ríflegu magni af söltu vatni að rúllandi suðu í stórum potti. Fylgdu leiðbeiningunum á linguine pakkanum og eldaðu hann þar til hann nær æskilegri al dente áferð.

b) Þegar það hefur verið soðið skaltu tæma pastað, en vertu viss um að geyma um það bil ½ bolla af pastavatninu. Setjið pastað og frátekið vatn til hliðar.

c) Hitið smá ólífuolíu á stórri pönnu yfir meðalhita. Bætið hakkaðri hvítlauknum á pönnuna og steikið hann í um það bil 1 mínútu þar til hann verður ilmandi og létt gullinn.

d) Settu Toskana grænkálið á pönnuna og eldið það í um það bil 3-4 mínútur, hrærið af og til, þar til það visnar og verður meyrt.

e) Lækkið hitann niður í vægan krauma og setjið ricotta ostinn, sítrónubörkinn og sítrónusafann inn í pönnuna. Hrærið hráefnin vel og tryggið að þau sameinast og mynda slétta og rjómalaga sósu.

f) Blandið kjúklingabaununum og soðnu linguininu varlega saman við og tryggið að þær séu jafnhúðaðar með rjómalöguðu sósunni. Ef sósan virðist of þykk, bætið þá smám saman litlu magni af pastavatninu út í til að ná æskilegri samkvæmni.

g) Kryddið réttinn með salti og pipar að eigin smekk. Leyfðu bragðinu að blandast saman með því að elda áfram í 2-3 mínútur til viðbótar.

h) Takið pönnuna af hellunni og skiptið Lemon Ricotta Linguine á einstaka diska. Skreytið hvern disk með sítrónusneiðum til að fá auka sítrusbragð.

i) Berið réttinn fram strax á meðan hann er enn heitur og njótið ferskrar og lifandi bragðsins.

j) Fyrir fullkomna meðlæti skaltu para þetta Lemon Ricotta Linguine með kjúklingabaunum með skörpum hvítvíni og bera það fram ásamt hvítlauksbrauði fyrir seðjandi og fullkomna máltíð.

38.Rækjur Carbonara

Gerir: 6
HRÁEFNI:
- ¼ bolli ólífuolía, skipt
- 1 pund kjúklingabitar
- 4 matskeiðar saxaður hvítlaukur, skipt
- 1 tsk timjan
- 1 tsk oregano
- 1 tsk basil
- 1 pund afhýddar og afvegaðar rækjur
- 16 únsur. tungumál
- 6 sneið beikon í sneiðar
- Salt og pipar eftir smekk
- 1 saxaður laukur
- 1 bolli sneiddir sveppir
- 1 saxuð rauð paprika
- 2 bollar þungur rjómi
- 1 bolli mjólk
- 1 ½ bolli rifinn parmesanostur
- 2 eggjarauður
- 1 bolli hvítvín.

LEIÐBEININGAR:
a) Hitið 2 matskeiðar ólífuolíu á stórri pönnu.
b) Steikið helminginn af hvítlauknum og kryddið með timjan, oregano og basil.
c) Hrærið kjúklingnum saman við og eldið á lágum hita í 10 mínútur.
d) Setjið kjúklinginn á fat og setjið til hliðar.
e) Notaðu sömu pönnu, hitaðu 2 matskeiðar ólífuolíu og steiktu afganginn af hvítlauknum í 2 mínútur.
f) Hrærið rækjunni saman við og eldið á lágum hita í 6 mínútur.
g) Flyttu rækjuna með kjúklingnum.
h) Eldið linguinið í potti með söltu vatni í 12 mínútur.
i) Aftur, notaðu sömu pönnu, steiktu beikonið þar til það er tilbúið, um 5 mínútur.
j) Tæmið beikonið á pappírshandklæði og myljið. Setja til hliðar.
k) Steikið laukinn, paprikuna og sveppina á pönnunni með beikonfitunni í 5 mínútur.
l) Blandið rjómanum, mjólk, parmesanosti, eggjarauðu, salti og pipar saman í skál.
m) Bætið víninu út í laukinn, piparinn og sveppina á pönnunni og látið suðuna koma upp.
n) Eldið á lágum hita í 5 mínútur.
o) Hrærið þunga rjómablöndunni saman við og látið malla í 5 mínútur.
p) Setjið rækjuna og kjúklinginn aftur á pönnuna og hjúpið með sósunni.
q) Berið rækjurnar og kjúklinginn fram með pastanu.

39.Linguine og Clam sósa

Gerir: 4
HRÁEFNI:
- 16 únsur. linguini
- 1 matskeiðar ólífuolía
- 1 saxaður laukur
- 5 söxuð hvítlauksrif
- ½ bolli smjör
- Salt og pipar eftir smekk
- ¼ bolli þurrt hvítvín
- ¼ bolli samlokusafa
- 1 ½ bolli hakkað samloka
- 1 tsk rauð paprika flögur

LEIÐBEININGAR:
a) Eldið linguini í potti með söltu vatni í 10 mínútur. Tæmdu.
b) Hitið ólífuolíuna á pönnu og steikið laukinn og hvítlaukinn í 5 mínútur.
c) Bætið smjöri, salti, pipar, víni og samlokusafa út í.
d) Látið malla í 25 mínútur. Sósan á að minnka og þykkna.
e) Hrærið samlokunum saman við og látið malla í 5 mínútur.
f) Setjið linguini í skál og setjið samlokusósuna yfir.
g) Berið fram toppað með rauðum piparflögum.

ENGLAHÁRPASTA

40. One-Skillet Pasta

Gerir: 5 skammta
HRÁEFNI:
- 1-1/2 pund malaður kalkúnn
- 1 meðalstór laukur, smátt saxaður
- 1 miðlungs sæt rauð paprika, smátt skorin
- 1 dós (28 aura) tómatar í teningum, ótæmdir
- 1 dós (14-1/2 aura) eldristaðir hægeldaðir tómatar, ótæmdir
- 1 dós (14-1/2 únsur) natríumsnautt nautakjötssoð
- 1 dós (4 aura) sneiðar sveppir, tæmd
- 1 matskeið pakkaður púðursykur
- 1 matskeið chiliduft
- 8 aura ósoðið englahárpasta
- 1 bolli rifinn cheddar ostur

LEIÐBEININGAR:

a) Í stórri steypujárni eða annarri þungri pönnu, eldið kalkúninn, laukinn og piparinn yfir miðlungs hita þar til kjötið er ekki lengur bleikt; holræsi.

b) Bætið tómötunum, seyði, sveppum, púðursykri og chilidufti út í. Látið suðuna koma upp. Draga úr hita; látið malla, án loks, í 30 mínútur.

c) Bæta við pasta; aftur að suðu. Draga úr hita; lokið á og látið malla þar til pasta er meyrt, 30-35 mínútur. Stráið osti yfir. Lokið og eldið þar til osturinn er bráðinn, 2-3 mínútur lengur.

41.Angel Hair Rækjubaka

HRÁEFNI S :
- 1 pakki (9 aura) englahárpasta í kæli
- 1-1/2 pund ósoðnar meðalstórar rækjur, afhýddar og afvegaðar
- 3/4 bolli mulinn fetaostur
- 1/2 bolli rifinn svissneskur ostur
- 1 krukka (16 aura) chunky salsa
- 1/2 bolli rifinn Monterey Jack ostur
- 3/4 bolli söxuð fersk steinselja
- 1 tsk þurrkuð basil
- 1 tsk þurrkað oregano
- 2 stór egg
- 1 bolli hálf-og-hálfur rjómi
- 1 bolli hrein jógúrt
- Hakkað fersk steinselja, valfrjálst

LEIÐBEININGAR:

a) Í smurðri 13x9 tommu. bökunarrétt, leggið helminginn af pastanu í lag, rækjur, fetaostur, svissneskan ost og salsa. Endurtaktu lög. Stráið Monterey Jack ostinum, steinselju, basil og oregano yfir.

b) Þeytið egg, rjóma og jógúrt í lítilli skál; hellið yfir pottinn. Bakið, án loks, við 350° þar til hitamælir sýnir 160°, 25-30 mínútur. Látið standa í 5 mínútur áður en borið er fram. Ef vill, toppið með saxaðri steinselju.

42.Rækjur Scampi Skillet

HRÁEFNI:
- 5 matskeiðar smjör
- 2 matskeiðar ólífuolía
- ½ heill miðlungs laukur, smátt skorinn
- 4 hvítlauksrif, söxuð
- 1 pund stór rækja, afhýdd og afveguð
- ½ bolli hvítvín
- 4 stroka heit sósa
- 2 heilar sítrónur, safi
- Salt og nýmalaður svartur pipar, eftir smekk
- 8 aura, þyngd Angel Hair Pasta
- Hakkað fersk basilíka eftir smekk
- Hakkað fersk steinselja, eftir smekk
- ½ bolli ferskur rifinn parmesan ostur

LEIÐBEININGAR:

a)   Hitið ólífuolíu og bræðið smjör á stórri pönnu við meðalhita. Bætið við lauk

b)   & hvítlauk og eldið í tvær eða þrjár mínútur, eða þar til laukurinn er hálfgagnsær. Bætið rækjum út í, hrærið síðan og eldið í nokkrar mínútur. Kreistið sítrónusafa út í. Bætið við víni, smjöri, salti og pipar og heitri sósu. Þú getur bætt við meiri heitri sósu eftir því sem þú vilt. Hrærið og lækkið hitann í lágan.

c)   Kasta englahárpasta í sjóðandi vatnið. Eldið þar til það er bara tilbúið/AL dente.

d)   Tæmdu, geymdu bolla eða tvo af pastavatninu.

e)   Fjarlægðu pönnu af hita. Bætið pasta saman við og blandið, bætið við skvettu af pastavatni ef það þarf að þynna það. Smakkið til eftir kryddi, bætið við salti og pipar ef þarf.

f)   Hellið út á stórt disk og toppið síðan með nýrifum parmesanosti og hakkaðri steinselju. Berið fram strax. Njóttu.

GNOCCHI

43.Rjómalöguð kjúklingur og gnocchi á einni pönnu

Gerir: 4 skammta
HRÁEFNI:
- 1 1/2 pund beinlausar roðlausar kjúklingabringur
- Kosher salt
- Nýmalaður svartur pipar
- 2 matskeiðar extra virgin ólífuolía (skipt)
- 1 lítill skalottur, skorinn í teninga
- 8 únsur. Baby Bella sveppir, skornir í sneiðar
- 2 hvítlauksgeirar, saxaðir
- 2 tsk. fersk timjanblöð
- 1 tsk. þurrkað oregano
- 1 bolli natríumsnautt kjúklingasoð
- 1 1/4 bollar hálft og hálft
- Klípa af muldum rauðum piparflögum
- 1 (17-oz.) pakki gnocchi
- 3/4 bolli rifinn mozzarella
- 1/2 bolli nýrifinn parmesan
- 3 bollar pakkað barnaspínat

LEIÐBEININGAR:
a) Kryddið kjúklinginn á báðum hliðum með salti og pipar. Hitið 1 matskeið af olíu í stórri pönnu yfir miðlungs háum hita. Bætið kjúklingnum út í og eldið þar til hann verður gullinn, um það bil 4 mínútur á hlið. Takið kjúklinginn af pönnunni.
b) Minnka hitann í miðlungs og bæta við 1 matskeið af olíu sem eftir er. Bætið skalottlaukum og sveppum út í og eldið þar til þeir verða gylltir, sem tekur um 5 mínútur. Bætið hvítlauk, timjan og oregano út í og eldið þar til ilmandi er í eina mínútu. Hellið kjúklingasoðinu út í og skafið brúna bita upp úr botninum á pönnunni. Bætið hægt út í hálft og hálft. Látið suðuna koma upp og kryddið með salti, pipar og örlitlu af rauðum piparflögum. Hrærið gnocchi út í og setjið kjúklinginn aftur á pönnuna. Leyfðu því að malla þar til kjúklingurinn er fulleldaður með innra hitastigi 165°F, sem ætti að taka 8 til 10 mínútur. Hrærið af og til. Eftir að kjúklingurinn er eldaður skaltu fjarlægja hann af pönnunni.
c) Bætið mozzarella- og parmesanostinum út í og hrærið þar til þeir bráðna. Bætið því næst spínatinu út í og hrærið þar til það er farið að visna.
d) Skerið kjúklinginn í sneiðar og setjið hann aftur á pönnuna. Kryddið með meira salti og pipar eftir smekk.

44. Gnocchi með kryddjurtapestói

Gerir: 1 skammt
HRÁEFNI:
- 6 lítrar Saltað vatn
- Gnocchi
- ½ bolli Kjúklingakraftur eða frátekið gnocchi eldunarvatn
- 3 matskeiðar Ósaltað smjör
- 1 bolli Strengjabaunir
- 6 matskeiðar Herb Pestó
- Salt og pipar
- ½ bolli Nýrifinn Parmigiano-Reggiano ostur

LEIÐBEININGAR:

a) Látið suðuna koma upp í saltvatninu og bætið svo gnocchi út í. Eldið gnocchi, hrærið varlega þar til þeir eru mjúkir, um það bil 1 mínútu eftir að þeir rísa upp á yfirborðið í pottinum.

b) Á meðan, í stórri, djúpri pönnu, hitið soðið og smjörið að suðu við meðalhita. Bætið baununum og pestóinu út í og kryddið með salti og pipar eftir smekk. Látið suðuna koma upp og takið af hellunni.

c) Takið gnocchi úr vatninu og bætið á pönnuna. Hitið í gegn þar til það er húðað með sósunni. Takið af hitanum og hrærið ostinum saman við. Berið fram strax.

45. Sage og Mascarpone Gnocchi

Gerir: 12

HRÁEFNI:
- 1 lb. butternut squash
- 1/2 bolli ósaltað smjör
- 1 bolli mascarpone ostur
- 1 klípa cayenne pipar
- 1/2 bolli fínt rifinn Parmigiano-Reggiano
- salt og malaður svartur pipar eftir smekk
- ostur
- 1/4 bolli fersk salvíulauf þunnar sneiðar
- 2 stór egg
- 1 msk fínt rifinn Parmigiano-Reggiano
- 1 1/2 tsk salt
- ostur
- 1/2 tsk malaður svartur pipar
- 1 bolli alhliða hveiti, skipt

LEIÐBEININGAR:

a) Snyrtið stilkinn af kartöflum og skerið í tvennt eftir endilöngu.
b) Í örbylgjuofnþolið fat, setjið butternut-squashið.
c) Lokaðu fatinu með plastfilmu og settu það í örbylgjuofn í um það bil 8 mínútur.
d) Flyttu leiðsögnina yfir á pappírsklædda disk til að kólna og fjarlægðu síðan húðina.
e) Í skál, bætið mascarpone ostinum, 1/2 bolla af Parmigiano-Reggiano ostinum, eggjum, salti og svörtum pipar út í og þeytið þar til slétt er.
f) Bætið kartöflum saman við og þeytið þar til það hefur blandast vel saman.
g) Bætið 1/2 bolla af hveitinu út í og þeytið þar til það er bara blandað saman.
h) Bætið hinum 1/2 bolla af hveitinu út í og hrærið þar til það er bara blandað saman.
i) Kælið, þakið í að minnsta kosti 8 klst.
j) Bætið saltvatninu út í á stórri pönnu og látið suðuna koma upp.
k) Bræðið um 1/3 af smjörinu í stórri pönnu og takið af hitanum.
l) Taktu um 1 1/2 tsk af squash deiginu og ýttu deiginu með annarri skeið og settu í sjóðandi vatnið.
m) Endurtaktu með afganginum af deiginu í lotum.
n) Þegar gnocchi rís upp á yfirborð vatnsins, eldið í 1 mínútu í viðbót.
o) Flyttu gnocchi yfir í pönnu með bræddu smjöri með sleif.
p) Setjið pönnu á meðalháan hita og eldið gnocchi í um 3 mínútur.
q) Stráið cayennepipar, salti og svörtum pipar yfir.
r) Snúið gnocchi við og hrærið salvíublöðunum saman við.
s) Eldið í um 2-3 mínútur.
t) Færið gnocchiið yfir á disk og dreypið brúnuðu smjöri af pönnunni yfir.
u) Berið fram með skreytingu á 1 matskeið af Parmigiano-Reggiano ostinum.

FETTUCINI

46. Klassískur Alfredo

Gerir: 8
HRÁEFNI:
- 6 roðlausir, beinlausir kjúklingabringur helmingar
- 3/4 tsk malaður hvítur pipar
- 3 C. mjólk
- 6 matskeiðar smjör, skipt
- 1 bolli hálf og hálf
- 4 hvítlauksrif, hakkað, skipt
- 3/4 C. rifinn parmesanostur
- 1 msk ítalskt krydd
- 8 únsur. rifinn Monterey Jack ostur
- 1 pund fettuccini pasta
- 3 Roma (plómu) tómatar, skornir í teninga
- 1 laukur, skorinn í bita
- 1/2 bolli sýrður rjómi
- 1 (8 oz.) pakki sneiddir sveppir
- 1/3 bolli alhliða hveiti
- 1 msk salt

LEIÐBEININGAR:
a) Hrærið kjúklinginn þinn eftir að hafa hjúpað hann með ítölsku kryddi í 2 matskeiðar af smjöri með 2 stykki af hvítlauk.
b) Hrærið kjötið þar til það er alveg tilbúið og setjið síðan allt til hliðar.
c) Sjóðið nú pastað í vatni og salti í 9 mínútur og fjarlægðu síðan allan vökvann.
d) Á sama tíma hrærið laukinn í 4 matskeiðar af smjöri ásamt sveppunum og 2 hvítlauksbitum til viðbótar.
e) Haltu áfram að steikja blönduna þar til laukurinn er gegnsær og blandaðu síðan pipar, salti og hveiti saman við.
f) Hrærið og eldið blönduna í 4 mínútur. Bætið síðan hálfum og hálfum og mjólkinni smám saman út í, á meðan hrært er þar til allt er orðið slétt.
g) Blandið Monterey og parmesan saman við og látið blönduna malla þar til osturinn hefur bráðnað og bætið þá kjúklingnum, sýrðum rjóma og tómötum saman við.
h) Berið fram pastað toppað ríkulega með kjúklingablöndunni og sósunni.

47.Crimini Pasta bakað

Gerir: 6
HRÁEFNI:
- 8 crimini sveppir
- 1/3 bolli parmesanostur, rifinn
- 1 bolli spergilkál
- 3 matskeiðar herbs de Provence
- 1 bolli spínat, ferskt laufblað, þétt pakkað
- 2 matskeiðar extra virgin ólífuolía
- 2 rauðar paprikur, niðurskornar
- 1 msk salt
- 1 stór laukur, saxaður
- 1/2 matskeiðar pipar
- 1 bolli mozzarella ostur, rifinn
- 1 bolli tómatsósa
- 2/3 pund pasta (fettuccine eða penne virkar vel)

LEIÐBEININGAR:
a) Áður en þú gerir eitthvað skaltu stilla ofninn á 450 F. Smyrðu pottrétt með olíu eða matreiðsluúða.
b) Fáðu þér stóra blöndunarskál: Kastaðu sveppunum, spergilkálinu, spínatinu, piparnum og lauknum í það.
c) Bætið 1 msk af ólífuolíu, salti, pipar og hrærið aftur.
d) Dreifið grænmetinu í smurt mótið og eldið í ofni í 10 mín.
e) Eldið pastað þar til það verður dente. Tæmdu pastað og settu það til hliðar.
f) Fáðu þér stóra blöndunarskál: Blandaðu 1 msk af ólífuolíu saman við bökuðu grænmeti, pasta, kryddjurtum og mozzarellaosti. Dreifið blöndunni aftur í eldfast mót.
g) Stráið ostinum ofan á og eldið í 20 mín. Berið það fram heitt og njótið.

48.Hvítlaukur Parmesan Pasta í einum potti

HRÁEFNI:

- 2 matskeiðar ósaltað smjör
- 4 hvítlauksgeirar, smátt saxaðir
- 2 bollar af kjúklingasoði (470 ml)
- 1 bolli af mjólk (235 ml)
- 8 oz af fettuccine (225 g)
- Salt, eftir smekk
- Pipar, eftir smekk
- ¼ bolli af rifnum parmesanosti (25 g)
- 2 matskeiðar af ferskri steinselju, saxað

LEIÐBEININGAR:

a) Hitið ósaltað smjör á stórri pönnu yfir meðalháum hita. Bætið við hakkaðri hvítlauknum og eldið, hrærið oft, þar til ilmandi (u.þ.b. 1-2 mínútur).

b) Bætið kjúklingasoðinu, mjólkinni og fettuccine á pönnuna. Kryddið með salti og pipar.

c) Látið suðuna koma upp í blönduna, lækkið síðan hitann og látið malla, hrærið af og til, þar til pastað er soðið í gegn (um það bil 18-20 mínútur).

d) Hrærið rifnum parmesanosti saman við. Ef blandan er of þykk skaltu stilla lögunina með því að bæta við meiri mjólk eftir þörfum.

e) Berið fram strax og skreytið með ferskri saxaðri steinselju.

f) Njóttu þessarar ljúffengu og einföldu máltíðar!

49.Einpotta kjúklingabeikon Fettuccine Alfredo

Gerir: 6 manns

HRÁEFNI:
- 8 ræmur af beikoni, saxað og fitusneið
- 2 stórar kjúklingabringur, skornar í 1 tommu bita
- 4 hvítlauksrif, söxuð
- 2 teskeiðar af Kosher salti
- 1 tsk af pipar
- 6 1/2 bollar af mjólk (fullfita eða 2%); þú getur líka notað hálft og hálft
- 500 g (1 pund) af þurru fettuccine pasta
- 1 stórt spergilkálshaus, skorið í blóma með stilkinn fjarlægðan
- 1 bolli nýrifinn parmesanostur

LEIÐBEININGAR:

a) Steikið beikonið við meðalháan hita í stórum potti eða potti þar til það verður stökkt.

b) Bætið hægelduðum kjúklingi út í og steikið þar til hann er eldaður í gegn. Setjið hakkað hvítlaukinn inn í og eldið þar til hann er ilmandi (u.þ.b. 2 mínútur). Kryddið með salti og pipar.

c) Hellið mjólkinni út í, hrærið og látið sjóða rólega. Lækkið hitann strax og bætið fettuccine pastanu út í.

d) Hrærið af og til í 5-6 mínútur eða þar til pastað byrjar að mýkjast og beygjast. Bætið spergilkálinu út í, hrærið og hyljið pottinn með loki. Haltu áfram að elda, hrærið af og til, þar til pastað er soðið og nær al dente áferð (u.þ.b. 7 mínútur í viðbót).

e) Hrærið parmesanostinum saman við og blandið þar til hann bráðnar í sósuna. Ef sósan verður of þykk skaltu bæta við meiri mjólk eftir þörfum.

f) Berið fram með auka pipar og parmesanosti ef vill.

g) Njóttu hollari útgáfu af þessum klassíska rétti með öllu bragðinu og minna læti.

50. Sveppir Fettuccine

Gerir: 8 skammta
HRÁEFNI:
- 1/2 bolli af Land O Lakes® smjöri (deilt)
- 2 geirar af ferskum söxuðum hvítlauk (eða klípa af hvítlaukssalti)
- 16 aura af ferskum sneiðum sveppum
- 1 bolli af þungum þeyttum rjóma
- 1 pund af fettuccine
- 1/2 bolli af parmesanosti
- 1 bolli af fráteknu pastavatni
- 1 teskeið af salti (stilla eftir smekk)
- Nýmalaður svartur pipar
- Fersk steinselja til áleggs

LEIÐBEININGAR:
a) Byrjaðu á því að þrífa sveppina. Bræðið 2 matskeiðar af smjöri á stórri pönnu og bætið hvítlauknum og sveppunum út í. Steikið þar til sveppirnir verða mjúkir og fá djúpbrúnan lit, sem ætti að taka um það bil 10-15 mínútur.

b) Bætið rjómanum og afganginum af smjörinu á pönnuna. Látið malla við vægan hita.

c) Á meðan sveppasósan er að malla skaltu elda fettuccineið í stórum potti eftir leiðbeiningunum á pakkanum. Þegar það er soðið, tæmdu fettuccineið, geymdu lítið magn af pastavatninu og settu það aftur á pönnuna.

d) Blandið sveppasósunni saman við heita fettuccineið á pönnunni. Blandið öllu saman með því að nota töng. Bætið við parmesanosti og allt að 1 bolla af fráteknu pastavatni eftir þörfum til að ná æskilegri samkvæmni. Kryddið með salti og nýmöluðum pipar.

e) Nú geturðu staðið við eldavélina og dekra við þennan ljúffenga rétt beint af pönnunni. Það er svo gott!

RIGATONI PASTA

51.Romano Rigatoni pottrétt

Gerir: 6

HRÁEFNI:
- 1 pund mulin pylsa
- 1/4 bolli Romano ostur, rifinn
- 1 (28 oz.) dós ítalskri tómatsósu
- saxaðri steinselju, til að skreyta
- 1 (14 1/2 oz.) dós cannellini baunir, tæmd og skoluð
- 1 (16 oz.) BOX rigatoni pasta
- 1/2 tsk hakkaður hvítlaukur
- 1 tsk ítalskt krydd
- 3 C. rifinn mozzarella ostur

LEIÐBEININGAR:

a) Áður en þú gerir eitthvað skaltu stilla ofninn á 350 F. Smyrðu stórt eldfast mót með smjöri eða olíu.

b) Setjið stóran pott á miðlungshita. Bætið hvítlauknum saman við pylsurnar og eldið þær í 6 mín.

c) Bætið tómatsósunni, baununum og ítölsku kryddinu út í og eldið þær síðan í 5 mínútur við lágan hita.

d) Eldið pastað samkvæmt leiðbeiningum framleiðanda. Tæmdu pastað og settu það í pottinn.

e) Hellið helmingnum af pylsupastablöndunni í smurða pottinn og setjið síðan helminginn af mozzarellaostinum yfir. Endurtaktu ferlið til að búa til annað lag.

f) Setjið romano ost yfir pottinn og setjið síðan álpappír yfir. Eldið rigatoni pottinn í ofni í 26 mín.

g) Berið rigatoni þinn fram heitan.

52.Vegan Rigatoni basil

Gerir: 6

HRÁEFNI:
- 1 1/2 (8 oz.) pakkar rigatoni pasta
- 6 blöð fersk basilíka, þunnar sneiðar
- 2 matskeiðar ólífuolía
- 6 greinar ferskur kóríander, söxaður
- 2 hvítlauksgeirar, saxaðir
- 1/4 bolli ólífuolía
- 1/2 (16 oz.) pakki tófú, tæmd og skorinn í teninga
- 1/2 tsk þurrkað timjan
- 1 1/2 tsk sojasósa
- 1 lítill laukur, þunnt sneið
- 1 stór tómatur, skorinn í teninga
- 1 gulrót, rifin

LEIÐBEININGAR:

a) Eldið pastað eftir leiðbeiningum á pakkningunni.

b) Settu stóra pönnu yfir meðalhita. Hitið 2 matskeiðar af ólífuolíu í því. Bætið hvítlauknum út í og eldið í 1 mín og 30 sek.

c) Hrærið timjaninu saman við tofu. Eldið þær í 9 mín. Hrærið sojasósunni út í og slökkvið á hitanum.

d) Fáðu þér stóra blöndunarskál: Kastaðu í hana rigatoni, tofu blöndu, lauk, tómata, gulrót, basil og kóríander. Dreypið ólífuolíunni yfir pastasalatið og berið það svo fram.

OLNBOGA MAKARÓNUR

53.BLT Pasta salat

Gerir: 6
HRÁEFNI:
- 2 bollar olnbogamakkarónur
- 1 ¼ bolli majónesi
- 2 matskeiðar balsamik edik
- 1 bolli helmingaðir kirsuberjatómatar
- ¼ bolli saxuð rauð paprika
- 3 matskeiðar saxaður laukur
- ½ bolli rifinn Cheddar ostur
- Salt og pipar eftir smekk
- ½ tsk dill
- 10 beikonsneiðar
- 8 únsur. saxað romaine salat

LEIÐBEININGAR:
a) Eldið makkarónurnar í potti með söltu vatni í 10 mínútur. Tæmið og færið yfir í salatskál.
b) Bætið majónesi, balsamikediki, tómötum, papriku, lauk, osti, salti, pipar og dilli saman við makkarónurnar og hrærið vel saman.
c) Kældu í 3 klst.
d) Steikið beikonið í 10 mínútur, þar til það er stökkt.
e) Tæmið beikonið og látið kólna, myljið síðan beikonið.
f) Toppaðu salatið með muldu beikoninu.
g) Berið fram á romaine salati.

54.Spínat og þistilhjörtu mac-and-cheese

Gerir: 6 TIL 8
HRÁEFNI:
- 6 matskeiðar saltað smjör, við stofuhita, auk meira til að smyrja
- 1 (1 pund) kassi skammskorið pasta, eins og makkarónur
- 2 bollar nýmjólk
- 1 (8 aura) pakki rjómaostur, í teningum
- 3 bollar rifinn skarpur cheddar ostur
- Kosher salt og nýmalaður pipar
- Malaður cayenne pipar
- 2 bollar pakkað ferskt barnaspínat, saxað
- 1 (8 únsu) krukku marineraðir ætiþistlar, tæmdir og gróft saxaðir
- 1½ bollar mulið Ritz kex (um 1 ermi)
- ¾ teskeið hvítlauksduft

LEIÐBEININGAR:
a) Forhitið ofninn í 375°F. Smyrjið 9 × 13 tommu bökunarform.
b) Í stórum potti, láttu 4 bolla af söltu vatni sjóða við háan hita. Bætið pastanu út í og eldið, hrærið af og til, í 8 mínútur. Hrærið mjólkinni og rjómaostinum saman við og eldið þar til rjómaosturinn hefur bráðnað og pastað er al dente, um 5 mínútur í viðbót.
c) Takið pönnuna af hellunni og hrærið 2 bollum af cheddar og 3 msk af smjörinu saman við. Kryddið með salti, pipar og cayenne. Hrærið spínati og þistilhjörtum saman við. Ef sósan finnst of þykk skaltu bæta við ¼ bolla af mjólk eða vatni til að þynna hana.
d) Flyttu blönduna yfir í tilbúið eldfast mót. Toppið með 1 bolla af cheddar sem eftir er.
e) Í meðalstórri skál skaltu hræra saman kexinu, hinum 3 matskeiðum af smjöri og hvítlauksduftinu. Stráið molanum jafnt yfir mac and cheese.
f) Bakið þar til sósan er freyðandi og mylsnurnar eru gullnar, um 20 mínútur. Látið kólna í 5 mínútur og berið fram. Geymið afganga í kæli í loftþéttum umbúðum í allt að 3 daga.

55.Chili Mac Casserole

Hráefni:
- 1 bolli ósoðnar olnbogamakkarónur
- 2 pund magurt nautahakk (90% magurt)
- 1 meðalstór laukur, saxaður
- 2 hvítlauksrif, söxuð
- 1 dós (28 aura) tómatar í teningum, ótæmdir
- 1 dós (16 aura) nýrnabaunir, skolaðar og tæmdar
- 1 dós (6 aura) tómatmauk
- 1 dós (4 aura) hakkað grænt chiles
- 1-1/4 tsk salt
- 1 tsk chili duft
- 1/2 tsk malað kúmen
- 1/2 tsk pipar
- 2 bollar rifin mexíkósk ostablanda með minni fitu
- Þunnt sneiddur grænn laukur, valfrjálst

LEIÐBEININGAR:

a) Eldið makkarónur samkvæmt leiðbeiningum á pakka. Á meðan, í stórri nonstick pönnu, eldið nautakjöt, lauk og hvítlauk við miðlungshita þar til kjöt er ekki lengur bleikt, brjóta kjöt í mola; holræsi. Hrærið tómötum, baunum, tómatmauki, chili og kryddi saman við. Tæmdu makkarónur; bætið við nautakjötsblönduna.

b) Flytja yfir í 13x9 tommu. bökunarréttur húðaður með matreiðsluúða. Lokið og bakið við 375° þar til það er freyðandi, 25-30 mínútur. Afhjúpa; stráið osti yfir. Bakið þar til osturinn er bráðinn, 5-8 mínútum lengur. Ef vill, toppið með sneiðum grænum lauk.

ZITI PASTA

56. Bakað Ziti

Gerir: 10

HRÁEFNI:
- 1 lb. ziti pasta
- 1 matskeiðar ólífuolía
- 1 pund nautahakk
- Salt og pipar eftir smekk
- ½ tsk hvítlaukssalt
- ½ tsk hvítlauksduft
- 1 saxaður laukur
- 6 bollar tómatsósa
- ½ tsk oregano
- ½ tsk basil
- 1 bolli ricotta ostur
- 1 hrært egg
- 1 bolli. rifinn mozzarella ostur
- ¼ bolli rifinn pecorino ostur

LEIÐBEININGAR:
a) Sjóðið ziti í potti með söltu vatni í 10 mínútur. Tæmdu vatnið.
b) Hitið ólífuolíuna í potti.
c) Kryddið nautakjötið með salti, pipar, hvítlaukssalti og hvítlauksdufti.
d) Brúnið kjötið og laukinn í pottinum í 5 mínútur.
e) Hellið tómatsósunni út í og kryddið með oregano og basil.
f) Látið malla í 25 mínútur.
g) Hitið ofninn í 350 gráður.
h) Þeytið eggið og ricotta ostinn saman.
i) Stráið pecorino ostinum yfir.
j) Færið helminginn af pastanu og helminginn af sósunni í eldfast mót.
k) Bætið helmingnum af ricotta ostinum út í.
l) Toppið með helmingnum af mozzarella ostinum.
m) Búðu til annað lag af pasta, sósu og mozzarella.
n) Bakið í 25 mínútur. Ostarnir eiga að vera freyðandi.

57.Provolone Ziti baka

Innihaldsefni : _
- 1 matskeið ólífuolía
- 1 meðalstór laukur, saxaður
- 3 hvítlauksrif, söxuð
- 2 dósir (28 aura hvor) ítalskir niðurmuldir tómatar
- 1-1/2 bollar vatn
- 1/2 bolli þurrt rauðvín eða natríumsnautt seyði
- 1 matskeið sykur
- 1 tsk þurrkuð basil
- 1 pakki (16 aura) ziti eða lítið túpa pasta
- 8 sneiðar provolone ostur

LEIÐBEININGAR:

a) Hitið ofninn í 350°. Í 6-qt. pott, hitið olíu yfir meðalháum hita. Bæta við lauk; eldið og hrærið í 2-3 mínútur eða þar til það er mjúkt. Bæta við hvítlauk; elda 1 mínútu lengur. Hrærið tómötum, vatni, víni, sykri og basil saman við. Látið suðuna koma upp; fjarlægðu af hitanum. Hrærið ósoðnu ziti saman við.

b) Flytja yfir í 13x9 tommu. bökunarréttur húðaður með matreiðsluúða. Bakið, þakið, 1 klst. Toppið með osti. Bakið, án loks, 5-10 mínútum lengur eða þar til ziti er mjúkt og ostur bráðinn.

58. Nautakjöt Ziti Casserole

Gerir: 1 skammt

HRÁEFNI:
- 8 aura af ósoðnum Ziti makkarónum
- 1 dós (16 oz.) af niðurskornum grænum baunum, tæmd
- 1 dós (11 oz.) af Green Giant Niblets Corn, tæmd
- 1 pund af nautahakk
- 2 dósir (10 3/4 oz. hver) af Campbell's Condensed Golden Svepsuppsúpu
- 1 dós (14 1/2 oz.) af Del Monte Stewed tómötum (chunky pasta stíl eða ítalskur stíll, eftir val)
- 1 teskeið af muldum þurrkuðum basilíkulaufum
- ¼ teskeið af pipar
- ½ teskeið af hvítlauksdufti
- 2 bollar af rifnum cheddarosti

LEIÐBEININGAR:

a) Hitið ofninn í 400 gráður.

b) Eldið Ziti makkarónurnar í samræmi við leiðbeiningar á pakkanum og hellið síðan af.

c) Settu eldaða Ziti og tæmdu grænu baunirnar og maísið aftur í eldunarpottinn sem notaður er fyrir Ziti.

d) Í 10 tommu pönnu yfir miðlungs hita, brúnið nautahakkið, hrærið til að brjóta það í sundur; tæmdu síðan fituna.

e) Hrærið gullsveppasúpunni, soðnum tómötum, þurrkaðri basil, pipar og hvítlauksdufti út í soðna nautakjötið. Hitið blönduna vel.

f) Bætið súpublöndunni út í Ziti og grænmetisblönduna og blandið vel saman.

g) Setjið blönduna með skeið í smurt 13 x 9 tommu eldfast mót.

h) Hyljið fatið með filmu og bakið í 15 mínútur.

i) Afhjúpaðu pottinn, stráið rifnum osti yfir og bakið í 5 mínútur til viðbótar eða þar til osturinn hefur bráðnað. Njóttu!

59.Bakað Ziti

Gerir: 6 skammta
HRÁEFNI:
- 1 pund af soðnu Ziti
- 1 pund af soðnu nautahakki
- 1 pakki (15 oz) af Ricotta osti
- ¼ bolli af steinselju
- ½ bolli af parmesan osti
- 1 egg
- 2 bollar af rifnum mozzarella osti
- 3 bollar af sósu að eigin vali

LEIÐBEININGAR:
a) Blandið saman Ricotta osti, eggi, steinselju og parmesanosti í blöndunarskál.
b) Blandið soðnum hamborgara varlega saman við þessa ostablöndu.
c) Bætið soðnu Ziti út í blönduna og blandið vel saman.
d) Blandið ¾ af sósunni að eigin vali út í.
e) Dreifið blöndunni í bökunarform.
f) Hellið sósunni sem eftir er ofan á.
g) Stráið rifnum Mozzarella osti yfir sósuna.
h) Bakið við 350°F í 30-35 mínútur eða þar til það er að freyða og osturinn er bráðinn og léttbrúnn.
i) Njóttu dýrindis bakaða Ziti þíns!

60.Ziti pylsubakað

Gerir: 1 skammt
HRÁEFNI:
- 8 aura af Ziti, soðin samkvæmt pakkaleiðbeiningum
- 4 hlekkir af ítölskum pylsum (heitt eða sætt, eða sambland af hvoru tveggja)
- 1¾ bollar af Half and Half
- 1½ bollar af rifnum Fontina osti
- ½ bolli af hægelduðum grænum pipar (valfrjálst)
- Salt og pipar eftir smekk
- ¼ bolli af rifnum ítölskum osti

LEIÐBEININGAR:
a) Eldið Ziti í samræmi við leiðbeiningar á pakkanum og tæmdu það.
b) Takið pylsuna úr hlífinni, myljið hana og brúnið hana á pönnu. Tæmdu umframfituna.
c) Bætið brúnuðu pylsunni við soðna pastað ásamt hægelduðum pipar (ef hann er notaður), 1 bolli af hálfum og hálfum, 1 bolla af Fontina osti og rifna ítalska ostinum. Blandið öllu saman.
d) Hellið blöndunni í smurt 13x9 tommu eldfast mót.
e) Hyljið fatið og bakið það við 350°F í 20 mínútur.
f) Afhjúpaðu réttinn og toppaðu hann með helmingnum og helmingnum sem eftir er og Fontina osti.
g) Bakið í 10 mínútur til viðbótar, eða þar til osturinn er bráðinn og rétturinn freyðandi.
h) Látið standa í 5 mínútur áður en það er borið fram.
i) Njóttu Ziti pylsubakstursins!

SPAGHETTI PASTA

61.Pestó rækjur með pasta

Gerir: 4
HRÁEFNI:
- 8 únsur. spaghetti
- 2 söxuð hvítlauksrif
- Salt eftir smekk
- 1 matskeiðar ólífuolía
- 8 únsur. aspas
- 1 bolli sneiddir hvítir sveppir
- ¾ pund afhýddar og afvegaðar rækjur
- ⅛ teskeiðar rauð paprika
- ¼ bolli pestó – eða útbúið þitt eigið
- 2 matskeiðar rifinn parmesanostur

LEIÐBEININGAR:
a) Setjið spaghettíið í pott með sjóðandi saltvatni og sjóðið í 10 mínútur.
b) Tæmdu spagettíið en hafðu smá af pastavatninu til hliðar.
c) Hitið ólífuolíuna á pönnu.
d) Steikið hvítlauk, aspas og sveppi í 5 mínútur eða þar til þeir eru mjúkir.
e) Bætið rækjunum á pönnuna og kryddið með rauðum pipar
f) Eldið í 5 mínútur.
g) Ef þörf er á vökva skaltu bæta við nokkrum matskeiðum af pastavatni.
h) Blandið saman pestósósunni og parmesanostinum.
i) Hrærið pestóinu út í rækjurnar.
j) Eldið í 5 mínútur
k) Berið fram yfir spagettíinu.

62.Túnfiskpasta

Gerir: 4
HRÁEFNI:
- 2 matskeiðar ólífuolía
- 1 (7 oz.) dós olíupakkaður túnfiskur, tæmd
- 1 ansjósuflök
- 1/4 bolli fersk flatblaða steinselja í teningum
- 2 matskeiðar kapers
- 1 (12 oz.) pakki spaghettí
- 3 hvítlauksgeirar saxaðir
- 1 msk extra virgin ólífuolía, eða eftir smekk
- 1/2 bolli þurrt hvítvín
- 1/4 bolli nýrifinn Parmigiano-Reggiano
- 1/4 tsk þurrkað oregano
- osti, eða eftir smekk
- 1 klípa rauð paprika flögur, eða eftir smekk
- 1 msk niðurskorin fersk flatblaða steinselja, eða eftir smekk 3 C. muldir ítalskir (plómu) tómatar
- salt og malaður svartur pipar eftir smekk
- 1 klípa cayenne pipar, eða eftir smekk

LEIÐBEININGAR:
a) Hrærið kapers og ansjósur í ólífuolíu í 4 mínútur, blandið síðan hvítlauknum saman við og haltu áfram að steikja blönduna í 2 mínútur í viðbót.
b) Bætið nú við piparflögum, hvítvíni og appelsínu.
c) Hrærið í blöndunni og hækkið hitann.
d) Látið blönduna malla í 5 mínútur áður en tómötunum er bætt út í og blönduna látið malla.
e) Þegar blandan er að malla er bætt við: cayenne, svartur pipar og salt.
f) Stilltu hitann á lágan og láttu allt elda í 12 mínútur.
g) Byrjaðu nú að sjóða pastað í vatni og salti í 10 mínútur, fjarlægðu síðan allan vökva og láttu pastað vera á pönnunni.
h) Blandið tómötunum saman við pastað og setjið lok á pottinn. Með lágum hita hita allt í 4 mínútur.
i) Þegar pasta toppurinn þinn er borinn fram, þá með smá Parmigiano-Reggiano, steinselju og ólífuolíu.

63. Sunny Hot Spaghetti

Gerir: 2

HRÁEFNI:
- 2 1/2 bolli soðið spaghetti
- 1 tsk oregano
- 1/4 bolli ólífuolía
- 1 tsk hvítlaukskorn eða 2 msk ferskur hvítlaukur
- 8 pepperoncini paprikur, smátt saxaðar
- 1/2 bolli spaghettísósa

LEIÐBEININGAR:
a) Settu stóra pönnu á miðlungshita. Hitið olíuna í henni. Bætið kryddjurtunum saman við paprikuna og eldið þær í 4 mínútur.
b) Hrærið sósunni saman við soðnu spagettíinu og eldið það síðan í 3 mínútur.
c) Berið spagettíið þitt fram heitt strax.
d) Njóttu.

64. Spaghetti Bolognese Skillet Bake

Gerir: 6 skammta
HRÁEFNI:
- 12 aura (340 g) spaghetti
- 1 pund (450 g) nautahakk
- 1 meðalstór laukur, smátt saxaður
- 2 hvítlauksgeirar, saxaðir
- 28 aura dós af muldum tómötum
- 2 matskeiðar tómatmauk
- 1 tsk þurrkað oregano
- 1 tsk þurrkuð basil
- ½ tsk rauðar piparflögur
- Salt og svartur pipar, eftir smekk
- ¼ bolli rauðvín (valfrjálst)
- Fersk basilíkublöð til skrauts
- Ólífuolía til smurningar

LEIÐBEININGAR:

a) Forhitaðu ofninn þinn í 375°F (190°C).

b) Í stórum potti með sjóðandi söltu vatni, eldið spaghettíið samkvæmt leiðbeiningum á pakka þar til það er bara al dente. Tæmið og setjið til hliðar.

c) Hitið smá af ólífuolíu á miðlungsháum hita í stórri ofnheldri pönnu. Bætið söxuðum lauknum út í og eldið þar til þeir verða hálfgagnsærir, um 2-3 mínútur.

d) Bætið nautahakkinu á pönnuna og eldið, brjótið það í sundur með skeið, þar til það er brúnt og ekki lengur bleikt, um það bil 5-7 mínútur. Ef það er umframfita, tæmdu hana.

e) Hrærið söxuðum hvítlauk út í og eldið í 1-2 mínútur í viðbót þar til ilmandi.

f) Bætið við muldum tómötum, tómatmauki, þurrkuðu oregano, þurrkuðu basilíku, rauðum piparflögum, salti og svörtum pipar. Ef þú notar rauðvín skaltu hella því út í á þessu stigi. Hrærið vel til að blanda öllu hráefninu saman og látið sósuna sjóða rólega.

g) Látið malla í um það bil 10 mínútur, leyfið bragðinu að blandast saman og sósunni að þykkna aðeins.

h) Kasta soðnu spagettíinu í pönnuna og blandaðu því vel saman við Bolognese sósuna. Takið af hitanum.

i) Settu pönnuna yfir í forhitaðan ofn og bakaðu í um 20-25 mínútur.

j) Þegar pönnubaksturinn er kominn úr ofninum, skreytið hana með ferskum basilíkulaufum og berið fram.

65. Hörpuskel með spaghetti

Gerir: 4

HRÁEFNI:
- 8 únsur. spaghetti
- ⅓ bolli þurrt hvítvín
- 3 matskeiðar smjör
- 1 pund af hörpuskel
- 4 söxuð hvítlauksrif
- 1 klípa rauð paprika flögur
- 1 bolli þungur rjómi
- Salt og pipar eftir smekk
- Safi úr hálfri sítrónu
- ¼ bolli rifinn Pecorino-Romano

LEIÐBEININGAR:

a) Eldið spaghettíið í potti með söltu vatni í 10 mínútur. Tæmið og setjið til hliðar.

b) Hitið smjörið á stórri pönnu.

c) Bætið hörpuskelinni saman við í einu lagi og brúnið í 2 mínútur á meðalhita.

d) Snúðu hörpuskelinni og brúnaðu hina hliðina í 1 mínútu í viðbót.

e) Hrærið hvítlauknum, rauðum piparflögum og víni saman við og eldið í 1 mínútu. Passaðu að ofelda hörpuskelina ekki.

f) Kryddið með salti, pipar og safa úr hálfri sítrónu.

g) Hrærið spagettíinu í pönnuna og blandið því saman við hörpuskelina.

h) Látið malla í 2 mínútur og toppið með rifnum osti.

66.Sunny Hot Spaghetti

Gerir: 2
HRÁEFNI:
- 2 1/2 bolli soðið spaghetti
- 1 tsk oregano
- 1/4 bolli ólífuolía
- 2 matskeiðar ferskur hvítlaukur
- 8 pepperoncini paprikur, smátt saxaðar
- 1/2 bolli spaghettísósa

LEIÐBEININGAR:

a) Settu stóra pönnu á miðlungshita. Hitið olíuna í henni. Bætið kryddjurtunum saman við paprikuna og eldið þær í 4 mín.

b) Hrærið sósunni saman við soðnu spagettíinu og eldið það síðan í 3 mín.

c) Berið spagettíið þitt fram heitt strax.

67. Kjúklingur Tetrazzini

HRÁEFNI S :
- 8 aura ósoðið spaghetti
- 2 tsk auk 3 msk smjör, skipt
- 8 beikonstrimlar, saxaðir
- 2 bollar ferskir sveppir í sneiðum
- 1 lítill laukur, saxaður
- 1 lítil græn paprika, saxuð
- 1/3 bolli alhliða hveiti
- 1/4 tsk salt
- 1/4 tsk pipar
- 3 bollar kjúklingasoð
- 3 bollar gróft rifinn rotisserie kjúklingur
- 2 bollar frosnar baunir (um 8 aura)
- 1 krukka (4 aura) hægelduð pimientos, tæmd
- 1/2 bolli rifinn Romano eða Parmesanostur

LEIÐBEININGAR:

a) Hitið ofninn í 375°. Eldið spaghettí samkvæmt leiðbeiningum á pakka fyrir al dente. Afrennsli; yfir í smurða 13x9 tommu. bökunarréttur. Bætið 2 tsk smjöri út í og blandið til að hjúpa.

b) Á meðan, á stórri pönnu, eldið beikon við miðlungshita þar til það er stökkt, hrærið af og til. Fjarlægðu með rifa skeið; holræsi á pappírshandklæði. Fleygðu dreypi, geymdu 1 matskeið á pönnu. Bætið sveppum, lauk og grænum pipar við dreypurnar; eldið og hrærið við meðalháan hita í 5-7 mínútur eða þar til mjúkt. Takið af pönnunni.

c) Hitið afganginn af smjörinu yfir miðlungshita á sömu pönnu. Hrærið hveiti, salti og pipar þar til slétt; hrærið soðið smám saman saman við. Látið suðuna koma upp, hrærið af og til; eldið og hrærið í 3-5 mínútur eða þar til það hefur þykknað aðeins. Bætið við kjúklingi, ertum, pimientos og sveppablöndu; hitið í gegn, hrærið af og til. Skeið yfir spaghetti. Stráið beikoni og osti yfir.

d) Bakið, án loks, 25-30 mínútur eða þar til gullinbrúnt. Látið standa í 10 mínútur áður en borið er fram.

68. Bakaðar rigatoni og kjötbollur

HRÁEFNI S :

- 3½ bolli Rigatoni pasta
- 1⅓ bolli Mozzarella, rifinn
- 3 matskeiðar parmesan, nýrifinn
- 1 pund Magur jörð kalkúnn

LEIÐBEININGAR:

a) Kjötbollur: Þeytið egg létt í skál; blandið saman við lauk, mola, hvítlauk, parmesan, oregano, salti og pipar. Blandið kalkúnnum saman við.

b) Mótaðu hrúgafullar matskeiðar í kúlur.

c) Í stórri pönnu, hita olíu yfir miðlungs-háan hita; eldið kjötbollur, í skömmtum ef þarf, í 8-10 mínútur eða þar til þær eru brúnar á öllum hliðum.

d) Bætið lauk, hvítlauk, sveppum, grænum pipar, basil, sykri, oregano, salti, pipar og vatni á pönnu; eldið við meðalhita, hrærið af og til, í um það bil 10 mínútur eða þar til grænmetið er mjúkt. Hrærið tómötum og tómatmauki saman við; látið suðuna koma upp. Bætið kjötbollum við

e) Á meðan, eldið rigatoni í stórum potti af sjóðandi saltvatni . Flyttu yfir í 11x7 tommu eldfast mót eða 8 bolla grunnt ofnpott.

f) Stráið mozzarella , síðan parmesan jafnt yfir. Baka

69.Fljótleg spaghetti pönnu

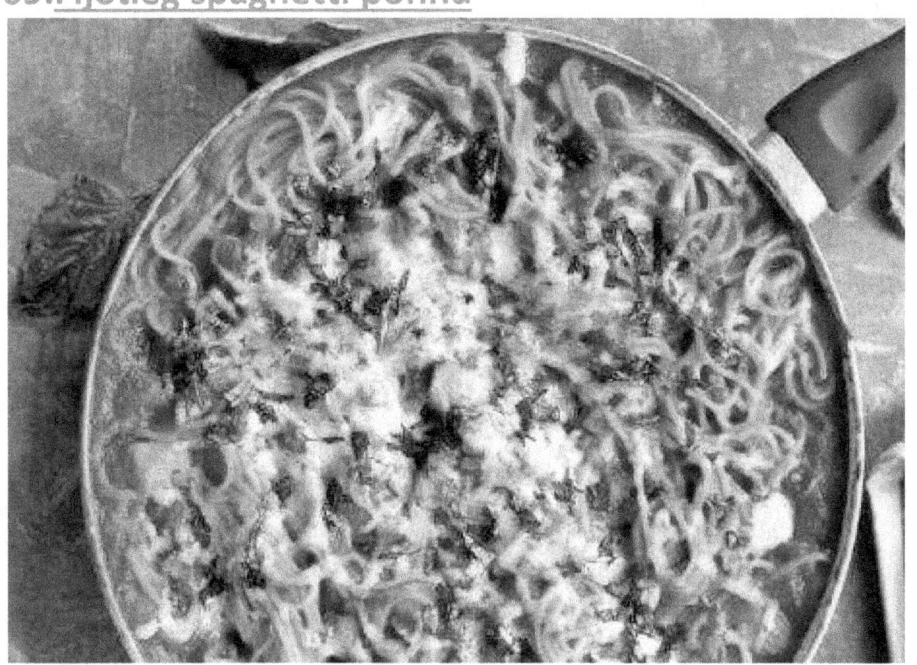

Gerir: 4

HRÁEFNI:
- 1 pund malaður kalkúnn
- 1/2 tsk rauðar piparflögur
- 2 hvítlauksrif, söxuð
- 8 únsur. ósoðið spaghetti, brotið í þriðju
- 1 lítil græn paprika, saxuð
- parmesan ostur
- 1 lítill laukur, saxaður
- 2 C. vatn
- 1 (28 oz.) krukkur spaghetti í hefðbundnum stíl
- sósu

LEIÐBEININGAR:

a) Settu stóran pott yfir meðalhita. Eldið í það kalkúninn með hvítlauk, lauk og grænum pipar í 8 mínútur.

b) Bætið við vatninu með piparflögum, spaghettísósu, smá salti og pipar.

c) Eldið þær þar til þær byrja að sjóða. Bætið spagettíinu í pottinn.

d) Látið suðuna koma upp í 14 til 16 mínútur eða þar til pastað er tilbúið.

e) Fáðu þér blöndunarskál:

f) Njóttu.

70.Auðvelt spaghetti

Gerir: 4

HRÁEFNI:
- 12 únsur. spaghetti
- 1 matskeiðar ólífuolía
- 1 pund nautahakk
- 1 saxaður laukur
- 3 söxuð hvítlauksrif
- Salt og pipar eftir smekk
- 1 tsk sykur
- ¼ tsk túrmerik
- 2 matskeiðar tómatmauk
- 2 bollar tómatsósa
- 1 tsk ítalskt krydd

LEIÐBEININGAR:

a) Undirbúið pastað í potti með sjóðandi saltvatni í 10 mínútur. Tæmið og setjið til hliðar.

b) Hitið ólífuolíuna á stórri pönnu.

c) Steikið laukinn og hvítlaukinn í 5 mínútur.

d) Hrærið nautahakkinu, salti, pipar og túrmerik saman við og blandið vel saman.

e) Bætið við tómatmaukinu, tómatsósunni og ítölsku kryddinu.

f) Látið malla í 45 mínútur.

g) Bætið spagettíinu út í og blandið sósunni saman við.

71.Rækjur Lo Mein

Gerir: 2

HRÁEFNI:
- 8 únsur. spaghetti
- ¼ bolli sojasósa
- 3 matskeiðar ostrusósa
- 1 matskeiðar hunang
- ½ tommu af rifnum engifer
- 1 matskeiðar ólífuolía
- 1 saxuð rauð paprika
- 1 sneið lítill laukur
- ½ bolli saxaðar vatnskastaníur
- ½ bolli sneiðar cremini sveppir
- 3 söxuð hvítlauksrif
- 1 lb. afhýddar og afvegaðar ferskar rækjur
- 2 þeytt egg

LEIÐBEININGAR:
a) Eldið spaghettíið í potti með söltu vatni í 10 mínútur. Tæmdu vatnið.
b) Blandið sojasósu, ostrusósu, hunangi og engifer saman í skál.
c) Hitið ólífuolíuna á stórri pönnu.
d) Steikið papriku, lauk, vatnskastaníu, sveppi í 5 mínútur.
e) Hrærið hvítlauknum og rækjunum saman við og hrærið í 2 mínútur í viðbót.
f) Færðu hráefnin á aðra hliðina á pönnunni og hrærðu eggjunum á hinni hliðinni í 5 mínútur.
g) Bætið spagettíinu og sósunni út í og blandið öllu saman í 2 mínútur.

72.Kjúklingur Tetrazzini

Gerir: 8

HRÁEFNI:
- 8 únsur. spaghetti
- 1 matskeiðar ólífuolía
- 4 rifnar kjúklingabringur
- Salt og pipar eftir smekk
- 1 bolli ferskir sneiddir sveppir
- 1 saxuð rauð paprika
- 1 saxaður laukur
- 4 söxuð hvítlauksrif
- ¼ bolli smjör
- 3 matskeiðar hveiti
- ½ tsk timjan
- 1 bolli kjúklingasoð
- 1 bolli hálf og hálf
- ¼ bolli hvítvín
- ½ tsk hvítlaukssalt
- ½ tsk oregano
- Pipar eftir smekk
- ½ bolli rifinn ítalskur osturblanda

LEIÐBEININGAR:

a) Eldið spaghettíið í potti með sjóðandi saltvatni í 10 mínútur.
b) Hitið olíuna á stórri pönnu.
c) Brúnið paprikuna, sveppina, laukinn og hvítlaukinn í pönnu og steikið í 5 mínútur þar til grænmetið er mjúkt og kjúklingurinn ekki lengur bleikur.
d) Bræðið smjörið á pönnu og hrærið hveitinu saman við.
e) Haltu áfram að hræra þar til deig er búið til.
f) Hellið seyði, hálfu og hálfu, og víni hægt út í á meðan hrært er stöðugt.
g) Kryddið sósuna með pipar, oregano og timjan.
h) Hrærið ítölsku ostablöndunni saman við og hrærið í 5 mínútur þar til osturinn er bráðinn.
i) Bætið brúnni og grænmetinu út í og látið malla í 5 mínútur.

73.Pasta pylsupönnu

Gerir: 4
HRÁEFNI:
- 1/2 pund magurt nautahakk
- 2 sellerí rif, skorin í sneiðar
- 1/4 pund ítölsk pylsa í magni
- 4 únsur. ósoðið spaghetti, brotið í tvennt
- 2 (8 oz.) dósir tómatsósa án salti
- 1/4 tsk þurrkað oregano
- 1 (14 1/2 oz.) dósir steiktir tómatar
- salt og pipar
- 1 bolli vatn
- 1 (4 oz.) dósir sveppir stilkar og bitar,
- tæmd

LEIÐBEININGAR:

a) Settu pönnu yfir meðalhita. Brúnið í það pylsuna með nautakjöti í 8 mínútur. Fleygðu fitunni.

b) Hrærið restinni af hráefnunum saman við. Eldið þær þar til þær byrja að sjóða. Setjið lokið á og látið sjóða í 15 til 17 mínútur.

Berið þér pastapönnu fram heita. Skreytið það með smá söxuðum kryddjurtum.

74. Skillet kjúklingapasta

Gerir: 2 skammta
HRÁEFNI:
- ½ (8 aura) pakki spaghettí
- 2 matskeiðar ólífuolía
- 8 plómutómatar (eyðir)s roma (plómu) tómatar, helmingaðir og sneiddir • 1 tsk hvítlauksduft
- ½ tsk þurrkað oregano
- 2 tsk þurrkuð basil
- 1 klípa salt
- 1 tsk malaður svartur pipar
- 1 ½ tsk hvítur sykur
- 1 matskeið tómatsósa
- 3 matskeiðar ólífuolía
- 2 roðlausar, beinlausar kjúklingabringur, skornar í þunnar strimla
- 2 hvítlauksrif, mulin
- 1 græn paprika, söxuð
- 1 rauð paprika, söxuð
- 1 rauðlaukur, saxaður
- 1 bolli ferskir sveppir í sneiðum
- ¼ bolli rifinn parmesanostur

LEIÐBEININGAR:

a) Látið suðu koma upp í stórum potti af vatni við háan hita. Hrærið spagettíinu saman við og látið suðuna koma upp aftur. Eldið pastað þar til það hefur soðið í gegn, en er samt þétt við bitið, um 6-8 mínútur. Tæmið vel og haldið heitu.

b) Hitið 2 matskeiðar olíu í stórri pönnu yfir miðlungshita. Hrærið tómötunum saman við; eldið þar til þær mýkjast og byrja að brotna niður. Hrærið hvítlauksduftinu, oregano, basil, salti, pipar, sykri og tómatsósu saman við. Hitið sósu í gegn og geymið.

c) Hitið hinar 3 matskeiðar olíu í sérstakri steypujárnspönnu yfir miðlungshita. Hrærið kjúklingi saman við; eldið þar til það er brúnt. Hrærið söxuðum hvítlauksrifum saman við; eldið í 1 mínútu til viðbótar.

d) Takið kjúklinginn af pönnu og geymið. Snúðu hita í háan. Hrærið græna papriku, rauða papriku, lauk og sveppum í pönnuna og eldið þar til þeir byrja að mýkjast. Hrærið brúnuðum kjúklingi saman við. Snúðu hita í miðlungs og eldaðu þar til kjúklingurinn er ekki lengur bleikur í miðjunni og grænmetið er soðið í gegn, um það bil 5 mínútur.

e) Hrærið kjúklingnum og grænmetinu saman við tómatsósuna og heitu pastanu.

f) Berið fram parmesanosti stráð yfir.

75. Pasta alla Norma Skillet Bake

Gerir: 4-6 skammta
HRÁEFNI:
- 12 aura (340 g) spaghetti
- 2 meðalstór eggaldin, skorin í ¼ tommu hringi
- 3 matskeiðar ólífuolía
- 1 lítill laukur, smátt saxaður
- 2 hvítlauksgeirar, saxaðir
- 28 aura dós af muldum tómötum
- 1 matskeið rauðvínsedik (valfrjálst)
- 1 tsk Þurrkað oregano
- ½ tsk rauð piparflögur (stilla eftir smekk)
- Salt og svartur pipar, eftir smekk
- ¼ bolli fersk basilíkublöð, rifin í bita
- 1 ½ bolli rifinn mozzarella ostur
- ½ bolli rifinn parmesanostur eða pecorino
- Ólífuolía til smurningar

LEIÐBEININGAR:
a) Forhitaðu ofninn þinn í 375°F (190°C).
b) Eldið pastað eftir leiðbeiningum á pakka þar til það er bara al dente. Tæmið og setjið til hliðar.
c) Á meðan pastað er að eldast skaltu forhita grill eða grillpönnu.
d) Penslið eggaldinsneiðarnar með ólífuolíu og grillið þær í um 3-4 mínútur á hlið þar til þær eru með grillmerki og mýkjast. Leggðu þær til hliðar.
e) Hitið smá af ólífuolíu á miðlungsháum hita í stórri ofnheldri pönnu. Bætið söxuðum lauknum út í og eldið þar til hann verður hálfgagnsær, um 2-3 mínútur.
f) Hrærið söxuðum hvítlauk út í og eldið í 1-2 mínútur í viðbót þar til ilmandi.
g) Bætið niður muldum tómötum, rauðvínsediki, þurrkuðu oregano, rauðum piparflögum, salti og svörtum pipar. Látið sósuna malla í um það bil 10 mínútur til að þykkna og fá bragð.
h) Hellið soðnu pastanu í pönnuna með sósunni og blandið vel saman.
i) Leggðu grillaðar eggaldinsneiðar yfir pasta- og sósublönduna.
j) Stráið lagi af rifnum mozzarellaosti yfir eggaldinið og pastað.
k) Færið pönnuna yfir í forhitaðan ofn og bakið í um 20-25 mínútur, eða þar til osturinn er orðinn freyðandi og örlítið gullinn.
l) Þegar pönnubaksturinn er kominn úr ofninum, skreytið hana með rifnum ferskum basilíkulaufum og parmesan eða pecorino.
m) Berið fram heitt, beint af pönnunni.

76.Ziti og Spaghetti með pylsum

Gerir: 8

HRÁEFNI:
- 1 pund mulin ítölsk pylsa
- 1 bolli sneiddir sveppir
- ½ bolli sneið sellerí
- 1 saxaður laukur
- 3 söxuð hvítlauksrif
- 42 únsur. verslunarkeypt spaghettísósa eða heimagerð
- Salt og pipar eftir smekk
- ½ tsk oregano
- ½ tsk basil
- 1 pund ósoðið ziti pasta
- 1 bolli rifinn mozzarella ostur
- ½ bolli rifinn parmesanostur
- 3 matskeiðar saxuð steinselja

LEIÐBEININGAR:

a) Brúnið pylsuna, sveppina, laukinn og selleríið á pönnu í 5 mínútur.

b) Eftir það er hvítlauknum bætt út í. Eldið í 3 mínútur í viðbót. Fjarlægðu úr jöfnunni.

c) Bætið spaghettísósunni, salti, pipar, oregano og basilíku á sérstaka pönnu.

d) Sjóðið sósuna í 15 mínútur.

e) Útbúið pastað á pönnu samkvæmt leiðbeiningum á pakka á meðan sósan eldar. Tæmdu.

f) Forhitið ofninn í 350 gráður Fahrenheit.

g) Setjið ziti, pylsublöndu og rifinn mozzarella í tvö lög í eldfast mót.

h) Stráið steinselju og parmesanosti yfir.

i) Hitið ofninn í 350°F og bakið í 25 mínútur.

BUCATINI PASTA

77.One-Pan Bucatini með blaðlauk og sítrónu

Gerir: 4
HRÁEFNI:
- 1 til 1 1/2 pund af blaðlauk
- 12 aura af bucatini (sjá athugasemdir hér að ofan)
- 4 hvítlauksgeirar, þunnar sneiðar
- 1/4 til 1/2 tsk af rauðum piparflögum
- 2 matskeiðar af extra virgin ólífuolíu
- Kosher salt
- Nýmalaður svartur pipar
- 4 1/2 bollar af vatni
- Börkur af einni sítrónu
- 1/2 bolli smátt skorin steinselja
- Parmigiano Reggiano, til að bera fram (valfrjálst)

LEIÐBEININGAR:
a) Byrjaðu á því að klippa af rótarendanum og dökkgræna hluta hvers blaðlauks. Skerið þær í tvennt eftir endilöngu. Fylgdu þessari aðferð til að skera blaðlaukinn í langar, þunnar ræmur: Settu hvern helming niðurskorinna hliðina upp, sneið síðan aftur í tvennt og endurtaktu ferlið einu sinni enn - í rauninni ertu að skipta blaðlauknum í áttundu. Flestar lengjurnar ættu að verða fínar og þunnar en kannski þarf að skera ystu lögin í tvennt aftur ef þarf. Ef blaðlaukur er óhreinn skaltu bleyta hann í skál með köldu vatni til að leyfa óhreinindunum að setjast. Þegar þau eru orðin hrein skaltu ausa blaðlauknum upp úr skálinni.

b) Blandið blaðlauknum, pastanu, hvítlauknum, 1/4 tsk af rauðum piparflögum (stilltu að því hitastigi sem þú vilt), olíu, 2 tsk af kosher salti, nýbrotnum svörtum pipar og vatni í stórri, beinhliða pönnu, tryggja að bucatini leggist næstum flatt á pönnuna.

c) Látið suðuna koma upp við háan hita. Látið malla í blöndunni, hrærið og snúið pastanu oft með töng eða gaffli þar til pastað nær al dente þéttleika og vatnið hefur næstum gufað upp, sem tekur venjulega um 9 mínútur.

d) Bætið sítrónuberkinum og steinseljunni út í og blandið saman.

e) Kryddið réttinn eftir smekk með salti (þú gætir þurft að bæta við annarri 1/2 tsk af kosher salti auk meira fyrir valinn smekk), pipar og fleiri rauðum piparflögum ef þú vilt auka hita. Berið fram með parmesan, ef vill.

78.Tómat Burrata Pasta

Gerir: 2-4
HRÁEFNI:
- ½ pund bucatini eða spaghetti pasta
- 3 bollar tómatar
- 6 hvítlauksrif, söxuð
- ¼ bolli ólífuolía
- ½ tsk þurrkuð basil
- ¼ tsk muldar chiliflögur
- 8 aura burrata ostur
- Salt og pipar, eftir smekk

AÐ SKREYTA
- 1 búnt fersk basilíka, smátt skorin
- ¼ tsk muldar chiliflögur
- 4 matskeiðar ristaðar furuhnetur

LEIÐBEININGAR

a) Hitið ólífuolíuna á stórri pönnu við meðalhita.

b) Bætið hvítlauknum út í og eldið í 1 til 2 mínútur áður en þurrkuð basil og chili flögur er bætt út í.

c) Bætið tómötunum út í og hellið þeim í olíuna með ríflegri klípu af salti og pipar.

d) Eldið tómatana í tuttugu til tuttugu og fimm mínútur.

e) Sjóðið pastað í sjóðandi söltu vatni.

f) Þegar pastað er búið að elda, tæmdu það og bætið því strax á pönnuna.

g) Gefðu blöndunni nokkra kasta í viðbót til að hjúpa pastað alveg.

h) Takið pönnuna af hellunni og bætið ferskri basil.

i) Settu eins mikið af burrata osti og þú vilt, í bita.

j) Toppið með saxaðri ferskri basilíku og chiliflögum.

k) Dreifið furuhnetunum yfir toppinn áður en þær eru bornar fram.

79. Sítrónu basil pasta með rósakál

Gerir: 8
HRÁEFNI:
- 1 (1 pund) kassi af löngu skornu pasta, eins og bucatini eða fettuccine
- 4 aura þunnt sneiðar prosciutto, rifinn
- 3 matskeiðar extra virgin ólífuolía
- 1 pund rósakál, helmingaður eða fjórðungur ef stór
- Kosher salt og nýmalaður pipar
- 2 matskeiðar balsamik edik
- 1 jalapeño pipar, fræhreinsaður og saxaður
- 1 msk fersk timjanblöð
- 1 bolli sítrónu basil pestó
- 4 aura geitaostur, mulinn
- ⅓ bolli rifinn Manchego ostur
- Börkur og safi úr 1 sítrónu

LEIÐBEININGAR:

a) Forhitið ofninn í 375°F.

b) Látið suðu koma upp í stórum potti af saltvatni við háan hita. Bætið pastanu út í og eldið samkvæmt leiðbeiningum á pakka þar til það er al dente. Geymið 1 bolla af pastaeldunarvatninu og hellið síðan af.

c) Á meðan skaltu raða prosciutto í jafnt lag á bökunarpappírsklædda ofnplötu. Bakið þar til það er stökkt, 8 til 10 mínútur.

d) Á meðan pastað eldast og prosciutto bakast skaltu hita ólífuolíuna á stórri pönnu yfir meðalhita. Þegar olían ljómar, bætið þá rósakálinu út í og eldið, hrærið af og til, þar til hann er gullinbrúnn, 8 til 10 mínútur. Kryddið með salti og pipar. Lækkið hitann í miðlungs lágan og bætið ediki, jalapeño og timjan út í og eldið þar til spírurnar eru gljáðar, 1 til 2 mínútur í viðbót.

e) Takið pönnuna af hellunni og bætið útvatnað pasta, pestóinu, geitaostinum, Manchego, sítrónuberkinum og sítrónusafanum út í. Bætið um ¼ bolla af pastavatninu út í og hrærið til að mynda sósu.

f) Bætið 1 matskeið í viðbót við í einu þar til æskilegri samkvæmni er náð. Smakkið til og bætið við meira salti og pipar eftir þörfum.

g) Skiptið pastanu jafnt á milli átta skála eða diska og toppið hverja með stökkum prosciutto.

80.Einpotts kremið maís bucatini

Gerir: 6
HRÁEFNI:
- 4 matskeiðar saltað smjör
- 4 eyru gulur maís, kjarnarnir skornir úr kolunum
- 2 hvítlauksrif, söxuð eða rifin
- 2 matskeiðar fersk timjanblöð
- 1 jalapeño eða rauð Fresno pipar, fræhreinsaður og skorinn í þunnar sneiðar
- 2 grænir laukar, saxaðir
- Kosher salt og nýmalaður pipar
- 1 (1 pund kassi) bucatini
- ½ bolli rifinn parmesanostur
- 2 matskeiðar crème fraîche
- ¼ bolli fersk basilíkublöð, gróft rifin

LEIÐBEININGAR:
a) Bræðið smjörið í stórum hollenskum ofni við meðalhita. Bætið maís, hvítlauk, timjan, jalapeño, grænum lauk og smá salti og pipar saman við. Eldið, hrærið af og til, þar til maísið er gullið og karamellísandi á brúnunum, um það bil 5 mínútur.
b) Bætið 4½ bolla af vatni út í, hækkið hitann í háan og látið suðuna koma upp. Bætið pastanu út í og kryddið með salti. Eldið, hrærið oft, þar til mest af vökvanum hefur verið frásogast og pastað er al dente, um það bil 10 mínútur.
c) Takið pottinn af hellunni og hrærið parmesan, crème fraîche og basil saman við. Ef sósan finnst of þykk skaltu bæta við skvettu af vatni til að þynna hana út. Berið fram strax.

ORZO

81. Parmesan Orzo

Gerir: 6
HRÁEFNI:
- 1/2 bolli smjör, skipt
- hvítlauksduft eftir smekk
- 8 perlulaukar
- salt og pipar eftir smekk
- 1 bolli ósoðið orzo pasta
- 1/2 bolli rifinn parmesanostur
- 1/2 bolli ferskir sveppir í sneiðum
- 1/4 bolli fersk steinselja
- 1 bolli vatn
- 1/2 bolli hvítvín

LEIÐBEININGAR:

a) Hrærið laukinn í helmingnum af smjörinu þar til það er brúnt og bætið svo restinni af smjörinu, sveppunum og orzo út í.

b) Haltu áfram að steikja allt í 7 mínútur.

c) Blandið nú víninu og vatninu saman við og látið allt sjóða.

d) Þegar blandan er að sjóða skaltu stilla hitann á lágan og elda allt í 9 mínútur eftir að pipar, salti og hvítlauksdufti hefur verið bætt út í.

e) Þegar orzo er tilbúið, toppið það með steinselju og parmesan.

82.Minty Feta og Orzo salat

Gerir: 8
HRÁEFNI:
- 1 1/4 bolli orzo pasta
- 1 lítill rauðlaukur, sneiddur
- 6 matskeiðar ólífuolía, skipt
- 1/2 bolli fínt skorin fersk myntulauf
- 3/4 C. þurrkaðar brúnar linsubaunir, skolaðar
- 1/2 bolli saxað ferskt dill
- salt og pipar eftir smekk
- 1/3 bolli rauðvínsedik
- 3 hvítlauksgeirar, saxaðir
- 1/2 bolli Kalamata ólífur, grófhreinsaðar og saxaðar
- 1 1/2 bolli mulinn fetaostur

LEIÐBEININGAR:
a) Eldið pastað samkvæmt leiðbeiningum á pakkningunni.
b) Látið suðu koma upp í stórum söltum potti af vatni. Eldið í það linsurnar þar til þær byrja að sjóða.
c) Lækkið hitann og setjið á lokið. Eldið linsurnar í 22 mín. Fjarlægðu þau úr vatninu.
d) Fáðu þér litla blöndunarskál: Blandaðu í hana ólífuolíu, ediki og hvítlauk. Þeytið þær vel til að búa til dressingu.
e) Fáðu þér stóra blöndunarskál: Helltu í hana linsubaunir, dressingu, ólífum, fetaosti, rauðlauk, myntu og dilli, með salti og pipar.
f) Vefjið plastfilmu á salatskálina og setjið í ísskáp í 2 klst 30 mín. Stillið kryddið á salatinu og berið það fram.

83.Einpotta tómatar Orzo

Gerir: 4

HRÁEFNI:
- 1 matskeið ólífu- eða repjuolía
- 1 rauðlaukur, smátt saxaður
- 2 hvítlauksgeirar, fínt rifnir
- 1 chili, fræhreinsaður og smátt saxaður
- 600 g tómatar, saxaðir
- 400 g orzo
- 800ml grænmetiskraftur
- Handfylli af steinselju, gróft saxað
- Rifinn parmesan eða grænmetisæta til að bera fram (valfrjálst)

LEIÐBEININGAR:

a) Hitið olíuna í stórum potti eða pönnu við meðalhita.

b) Steikið saxaðan rauðlauk í 4-6 mínútur þar til hann er mjúkur en ekki gullinn.

c) Bætið rifnum hvítlauk og söxuðum chili saman við og eldið í eina mínútu til viðbótar til að mýkjast.

d) Hrærið söxuðu tómötunum saman við og eldið í 5 mínútur þar til þeir byrja að brotna niður.

e) Bætið orzo út í og hellið grænmetiskraftinum út í.

f) Eldið í 8-10 mínútur þar til vökvinn hefur minnkað og orzoið er mjúkt. Ef það byrjar að þorna má bæta við nokkrum matskeiðum af vatni.

g) Stráið þremur fjórðu af grófsöxinni steinselju út í og hrærið í gegn.

h) Berið fram í skálum, toppað með afganginum af steinseljunni og rifi af parmesan ef vill. Njóttu tómata-orzo í einum potti!

84.Kjúklingur Orzo Skillet

Gerir: 4 skammta

HRÁEFNI:
- 2 matskeiðar jurtaolía
- 1 pund beinlaus, roðlaus kjúklingabringa helminga, skorin í 1/2 tommu bita
- 1 bolli Orzo (hrísgrjónlaga pasta)
- 2 tsk Hakkaður hvítlaukur
- 2 bollar Vatn
- 3 dósir Steiktir tómatar (14 1/2 oz. hver), ótæmdir
- 16 aura cannellini baunir í dós, skolaðar og tæmdar, EÐA Great Northern baunir, skolaðar og tæmdar
- 1 tsk Þurrkað timjan
- 1 tsk Salt
- 1/2 tsk Svartur pipar
- 16 aura Frosnir spergilkálsblómar, þíðar

LEIÐBEININGAR:

a) Hitið jurtaolíuna í stórri pönnu yfir meðalhita.

b) Bætið kjúklingnum út í og brúnið hann í 4-6 mínútur.

c) Bætið orzo og hakkaðri hvítlauk út í og steikið í 5-7 mínútur, eða þar til orzoið byrjar að brúnast.

d) Hrærið vatni, soðnum tómötum, baunum, þurrkuðu timjani, salti og svörtum pipar út í.

e) Lokið og eldið í 15 mínútur, hrærið af og til.

f) Bætið spergilkálinu út í, lokið aftur og eldið í 5-10 mínútur til viðbótar, eða þar til spergilkálið og orzoið er mjúkt og kjúklingurinn er ekki lengur bleikur.

g) Njóttu Chicken Orzo Skillet þinnar!

85. Orzo og Portobello Casserole

Gerir: 6 skammta

HRÁEFNI:
- 1/4 bolli Saxaðir sólþurrkaðir tómatar
- 1/4 bolli sjóðandi vatn
- 1 matskeið Ólífuolía
- 2 bollar blaðlaukur, skorinn í sneiðar
- 2 bollar Portobello sveppir, skornir í teninga
- 1 bolli ferskir sveppir, skornir í fjórða
- 2 hvítlauksgeirar
- 2 bollar Orzo, soðin
- 2 bollar fennel perur, sneiðar
- 2 bollar tómatsafi
- 2 matskeiðar fersk basilíkublöð, söxuð
- 2 matskeiðar Balsamic edik
- 1 tsk paprika
- 1/8 tsk pipar
- Matreiðsluprey fyrir grænmeti
- 4 aura Provolone ostur, rifinn
- 1/4 bolli rifinn parmesanostur

LEIÐBEININGAR:

a) Blandið saman sólþurrkuðu tómötunum og sjóðandi vatni í lítilli skál. Lokið og látið standa í um það bil 10 mínútur, eða þar til tómatarnir mýkjast. Tæmdu.

b) Hitið ólífuolíuna í stórri nonstick pönnu yfir miðlungshita. Bætið tómötum, blaðlauk, sveppum og hvítlauk út í og steikið í 2 mínútur.

c) Blandið saman sveppablöndunni, soðnu orzo og næstu 6 hráefnum (orzo gegnum pipar) í stóra skál. Setja til hliðar.

d) Helltu blöndunni í 13 x 9 tommu eldfast mót sem hefur verið húðað með matreiðsluúða.

e) Bakið, án loks, við 400 gráður í 25 mínútur.

f) Stráið provolone og parmesan ostinum yfir pottinn og bakið í 5 mínútur til viðbótar.

g) Njóttu Orzo og Portobello Casserole!

86. Orzo á einni pönnu með spínati og fetaost

Gerir: 4 skammta

HRÁEFNI:
- 2 matskeiðar ósaltað smjör
- 4 stórir laukar, skornir og þunnar sneiðar
- 2 stór hvítlauksrif, söxuð
- 8 aura barnaspínatlauf (8 bollar), gróft hakkað
- 1 tsk kosher salt
- 1 3/4 bollar natríumsnautt kjúklinga- eða grænmetiskraftur
- 1 bolli orzo
- 1 tsk fínt rifinn sítrónubörkur (frá 1 sítrónu)
- 3/4 bolli mulið feta (3 aura), auk meira til að skreyta
- 1/2 bolli frosnar baunir, þiðnar (valfrjálst)
- 1 bolli saxað ferskt dill, eða notaðu steinselju eða kóríander

LEIÐBEININGAR:

a) Hitið 10 tommu pönnu yfir miðlungshita, bræðið síðan smjörið, sem ætti að taka um 30 sekúndur til 1 mínútu.

b) Hrærið um það bil þremur fjórðu af rauðlauknum saman við, geymið nokkra af grænu hlutunum til skreytingar og bætið hakkaðri hvítlauknum út í. Eldið þar til það er mjúkt, hrærið oft í um það bil 3 mínútur.

c) Hrærið barnaspínatinu út í, bætið því við í skömmtum ef það passar ekki allt á pönnuna í einu og bætið við 1/2 tsk af salti. Haltu áfram að elda, hrærið af og til, þar til spínatið er visnað, um það bil 5 mínútur.

d) Hrærið soðinu saman við og látið sjóða. Bætið orzo, sítrónuberki og 1/2 teskeið af salti sem eftir er. Lokið og látið malla við miðlungs lágan hita þar til orzo er næstum eldað í gegn og megnið af vökvanum frásogast, sem ætti að taka 10 til 14 mínútur, hrærið einu sinni eða tvisvar.

e) Hrærið mulnu fetaostinum saman við og baununum ef vill. Bætið söxuðu dilliinu út í, setjið lok á pönnuna og eldið í 1 mínútu í viðbót til að klára eldunina og hita baunirnar.

f) Til að þjóna, stökkva með meiri osti og fráteknum scallions.

g) Njóttu einnar pönnu Orzo með spínati og feta!

FARFALLE/SLUPA

87. Pasta Rustica

Gerir: 4
HRÁEFNI:
- 1 pund farfalle (slaufa) pasta
- 1 (8 oz.) pakki sveppir, sneiddir
- 1/3 bolli ólífuolía
- 1 msk þurrkað oregano
- 1 hvítlauksgeiri, saxaður
- 1 msk paprika
- 1/4 bolli smjör
- salt og pipar eftir smekk
- 2 litlir kúrbít, skornir í fjórða og skornir í sneiðar
- 1 laukur, saxaður
- 1 tómatur, saxaður

LEIÐBEININGAR:

a) Sjóðið pastað í 10 mínútur í vatni og salti. Fjarlægðu umfram vökva og settu til hliðar.

b) Steikið salt, pipar, hvítlauk, papriku, kúrbít, oregano, sveppi, lauk og tómata í 17 mínútur í ólífuolíu.

c) Blandið saman grænmetinu og pastanu.

88.Crème Fraiche kjúklingapasta

Gerir: 4

HRÁEFNI:
- 1 matskeiðar ólífuolía
- 6 kjúklingaflök
- ¼ bolli hvítvín
- ¼ bolli kjúklingasoð
- Salt og pipar eftir smekk
- 8 únsur. slaufupasta
- 2 matskeiðar saxaður skalottlaukur
- 3 söxuð hvítlauksrif
- 1 bolli sneiddir sveppir
- 2 bollar crème fraiche
- 1/3 bolli rifinn parmesanostur
- 2 matskeiðar saxuð steinselja

LEIÐBEININGAR:
a) Hitið olíuna á stórri pönnu.
b) Brúnið kjúklinginn í 5 mínútur.
c) Hellið víni og seyði út í og kryddið með salti og pipar.
d) Látið malla í 20 mínútur.
e) Á meðan kjúklingurinn mallar, eldið pastað í potti með söltu vatni í 10 mínútur og látið renna af. Setja til hliðar.
f) Notaðu töng til að flytja kjúklinginn yfir á fat og kjúklinginn í teninga.
g) Bætið lauknum, hvítlauknum og sveppunum á pönnuna og steikið í 5 mínútur.
h) Setjið kjúklingabitana aftur á pönnuna og hrærið crème fraiche saman við.
i) Látið malla í 5 mínútur.
j) Setjið pastað í skál og hellið sósunni yfir pastað.
k) Toppið með parmesanosti og saxaðri steinselju.

89.Kjúklingaboð og Farfalle salat

Gerir: 6
HRÁEFNI:
- 6 egg
- 3 grænir laukar, þunnar sneiðar
- 1 (16 oz.) pakki farfalle (slaufa) Pasta
- 1/2 rauðlaukur, saxaður
- 1/2 (16 oz.) flaska ítalskt salat
- 6 kjúklingaboð

Klæðaburður
- 1 agúrka, skorin í sneiðar
- 4 rómantísk salathjörtu, þunnar sneiðar
- 1 búnt radísur, snyrt og skorið í sneiðar
- 2 gulrætur, skrældar og skornar í sneiðar

LEIÐBEININGAR:
a) Setjið eggin í stóran pott og hyljið þau með vatni. Eldið eggin við meðalhita þar til þau byrja að sjóða.
b) Slökkvið á hitanum og látið eggin standa í 16 mín. Skolið eggin með köldu vatni svo þau missi hita.
c) Afhýðið eggin og skerið í sneiðar og leggið til hliðar.
d) Setjið kjúklingabringurnar í stóran pott. Hyljið þá með 1/4 bolla af vatni. Eldið þær við meðalhita þar til kjúklingurinn er tilbúinn.
e) Tæmið kjúklingabringurnar og skerið þær í litla bita.
f) Fáðu þér stóra blöndunarskál: Kastaðu í hana pasta, kjúkling, egg, gúrku, radísur, gulrætur, grænan lauk og rauðlauk. Bætið ítölsku dressingunni út í og blandið aftur saman.
g) Setjið salatið inn í ísskáp í 1 klst 15 mín.
h) Setjið salathjörtu á diska. Skiptið salatinu á milli.

90.Makkarónur sjávarréttasalat

Gerir: 12
HRÁEFNI:
- 16 únsur. farfalle pasta
- 3 söxuð harðsoðin egg
- 2 saxaðir sellerístangir
- 6 oz., soðnar litlar rækjur
- ½ bolli alvöru krabbakjöt
- Salt og pipar eftir smekk

Klæðaburður:
- 1 bolli majónesi
- ½ tsk paprika
- 2 tsk sítrónusafi

LEIÐBEININGAR:
a) Sjóðið pastað í potti með söltu vatni í 10 mínútur. Tæmdu.
b) Setjið pastað yfir í stóra skál og hrærið restinni af salatinu saman við.
c) hráefninu í dressinguna og blandið saman við salatið.
d) Lokið og kælið í 1 klst.

91.Smjörhnetu og Chard Pasta Bakað

Innihaldsefni : _
- 3 bollar ósoðið slaufupasta
- 2 bollar fitulaus ricotta ostur
- 4 stór egg
- 3 bollar frosinn teningur, þíðað og skipt
- 1 tsk þurrkað timjan
- 1/2 tsk salt, skipt
- 1/4 tsk malaður múskat
- 1 bolli gróft saxaður skalottlaukur
- 1-1/2 bollar saxaður svissneskur Chard, stilkar fjarlægðir
- 2 matskeiðar ólífuolía
- 1-1/2 bollar panko brauðrasp
- 1/3 bolli grófsöxuð fersk steinselja
- 1/4 tsk hvítlauksduft

LEIÐBEININGAR:
a) Hitið ofninn í 375°. Eldið pasta í samræmi við pakkaleiðbeiningar fyrir al dente; holræsi. Á meðan skaltu setja ricotta, egg, 1-1/2 bolla leiðsögn, timjan, 1/4 tsk salt og múskat í matvinnsluvél; vinna þar til slétt. Hellið í stóra skál.

b) Hrærið pasta, skalottlauka, svissneska kard og afganginn af leiðsögninni saman við. Flyttu yfir í smurða 13x9 tommu. bökunarréttur.

c) Í stórri pönnu, hitið olíu yfir meðalháum hita. Bæta við brauðmola; eldið og hrærið þar til gullið er brúnt, 2-3 mínútur. Hrærið steinselju, hvítlauksdufti og eftir 1/4 tsk salt út í. Stráið pastablöndunni yfir.

d) Bakið, án loks, þar til stíft og áleggið er gullinbrúnt, 30-35 mínútur.

LASAGNA

92.Spænskt lasagna

Gerir: 12
HRÁEFNI:
- 4 C. niðursoðnir hakkaðir tómatar
- 1 (32 oz.) ílát ricotta ostur
- 1 (7 oz.) dós grænt chiles í teninga
- 4 egg, létt þeytt
- 1 (4 oz.) dós jalapenó papriku í teninga
- 1 (16 oz.) pakki, rifin fjögurra osta blanda í mexíkóskum stíl
- 1 laukur, skorinn í bita
- 3 hvítlauksgeirar, saxaðir
- 1 (8 oz.) pakki lasagnapasta sem ekki er eldað
- 10 greinar ferskur kóríander, saxaður
- 2 matskeiðar malað kúmen
- 2 pund. chorizo pylsa

LEIÐBEININGAR:
a) Sjóðið eftirfarandi í 2 mínútur, látið malla við lágan hita í 55 mínútur: kóríander, tómatar, kúmen, grænt chili, hvítlaukur, laukur og jalapenos.
b) Fáðu þér skál, blandaðu saman þeyttum eggjum og ricotta.
c) Stilltu ofninn á 350 gráður áður en þú heldur áfram.
d) Hrær-steikið chorizos. Fjarlægðu síðan umfram olíu og myldu kjötið.
e) Setjið létt hjúp af sósu í bökunarréttinn þinn og settu síðan yfir: pylsu, 1/2 af sósunni þinni, 1/2 rifnum osti, lasagnapasta, ricotta, meira pasta, öll sósan sem eftir er og meira af rifnum osti.
f) Húðaðu álpappír með nonstick úða og hyldu lasagnaið. Eldið í 30 mínútur undir loki og 15 mínútur án loks.

93.Grasker og salvíu lasagna með fontina

Gerir: 8 TIL 10

HRÁEFNI:
- 2 tsk extra virgin ólífuolía, auk meira til að smyrja
- 1 (14 aura) dós graskersmauk
- 2 bollar nýmjólk
- 2 tsk þurrkað oregano
- 2 tsk þurrkuð basil
- ¼ tsk nýrifinn múskat
- ¼ tsk muldar rauðar piparflögur
- Kosher salt og nýmalaður pipar
- 16 aura nýmjólkur ricotta ostur
- 2 hvítlauksrif, rifin
- 1 msk söxuð fersk salvíulauf, auk 8 heil lauf
- 2 matskeiðar saxuð fersk steinselja
- 1 (12 aura) kassi sem sjóða ekki lasagna pasta
- 1 (12 aura) krukka ristuð rauð paprika, tæmd og saxuð
- 3 bollar rifinn fontina ostur
- 1 bolli rifinn parmesanostur
- 12 til 16 stykki af þunnt sneiðum pepperoni (valfrjálst)

LEIÐBEININGAR:
a) Forhitið ofninn í 375°F. Smyrjið 9 × 13 tommu bökunarform.
b) Í meðalstórri skál, þeytið saman grasker, mjólk, oregano, basilíku, múskat, rauð piparflög og smá salt og pipar. Blandið saman ricotta, hvítlauk, saxaðri salvíu og steinselju í sér meðalstórri skál og kryddið með salti og pipar.
c) Dreifið fjórðungi af graskerssósunni (um 1 bolli) í botninn á tilbúnu bökunarforminu. Bætið við 3 eða 4 lasagnablöðum, brjótið þær eftir þörfum til að passa. Það er í lagi ef blöðin ná ekki alveg yfir sósuna. Leggið helminginn af ricottablöndunni í lag, helminginn af rauðu paprikunni, síðan 1 bolla af fontina. Bætið öðrum fjórðungi af graskerssósunni út í og setjið 3 eða 4 lasagna pasta ofan á. Leggðu í lag af ricottablöndunni sem eftir er, rauða paprikuna sem eftir er, 1 bolli af fontina og síðan annan fjórðung af graskerssósunni. Bætið restinni af lasagna pastanu og graskerssósunni sem eftir er saman við. Stráið afganginum af 1 bolla af fontina ofan á, síðan parmesan ostinum. Toppið með pepperoni (ef notað er)
d) Í lítilli skál, hentu heilu salvíublöðunum í 2 tsk ólífuolíu. Raðið ofan á lasagnið.
e) Hyljið lasagnið með álpappír og bakið í 45 mínútur. Hækkaðu hitann í 425°F, fjarlægðu álpappírinn og bakaðu þar til osturinn er að freyða, um það bil 10 mínútur í viðbót. Látið lasagna standa í 10 mínútur. Berið fram. Geymið afganga í kæli í loftþéttum umbúðum í allt að 3 daga.

94. Hlaðið Pasta Shells Lasagna

HRÁEFNI S :
- 4 bollar rifinn mozzarella ostur
- 1 öskju (15 aura) ricotta ostur
- 1 pakki (10 únsur) frosið hakkað spínat, þíðað og kreist þurrt
- 1 pakki (12 aura) jumbo pastaskeljar, soðnar og tæmdar
- 3-1/2 bollar spaghettísósa
- Rifinn parmesanostur, valfrjálst

LEIÐBEININGAR:
a) Hitið ofninn í 350°. Sameina osta og spínat; efni í skeljar. Raðið í smurða 13x9-tommu. bökunarréttur. Hellið spaghettísósu yfir skeljarnar. Lokið og bakið þar til það er hitað í gegn, um 30 mínútur.
b) Ef vill, stráið parmesanosti yfir eftir bakstur.

95.Kjúklinga lasagna

Gerir: 6
HRÁEFNI:
- 6 ósoðið lasagna pasta, soðið
- 1 bolli rifinn soðinn kjúklingur
- 1 matskeiðar ólífuolía
- ½ pund saxaðir sveppir
- 1 saxuð rauð paprika
- 1 saxaður lítill laukur
- 3 söxuð hvítlauksrif
- ¼ bolli kjúklingasoð
- 8 oz., rjómaostur
- ½ tsk oregano
- Salt og pipar eftir smekk
- 2 bollar rifinn mozzarella ostur
- 3 bollar tómatsósa

LEIÐBEININGAR:
a) Forhitaðu ofninn í 350 gráður F.
b) Hitið ólífuolíuna á pönnu og steikið sveppina, paprikuna, laukinn og hvítlaukinn í 5 mínútur.
c) Blandið rifnum kjúklingi, seyði, rjómaosti, sveppum, papriku, lauk, hvítlauk og oregano saman í skál.
d) Hrærið 1 bolla mozzarella osti út í og kryddið með salti og pipar.
e) Hellið 1 bolla af tómatsósu í 9x13 eldfast mót.
f) Búðu til þrjú lög af lasagna pasta, kjúklingablöndu og tómatsósu.
g) Toppið með afganginum af rifnum mozzarellaosti.
h) Bakið í 45 mínútur.

96.Suðvestur lasagna

Gerir: 6

HRÁEFNI:
- 2 matskeiðar ólífuolía
- 1 saxaður laukur
- 1 ½ bolli rifinn Cheddar ostur
- 1 msk saxaður jalapenó pipar
- 4 söxuð hvítlauksrif
- 3 bollar heitt pylsukjöt
- ½ bolli picante sósa
- 1 tsk ítalskt krydd eða eftir smekk
- 4 bollar tómatsósa
- 2 bollar rifinn Pepper Jack ostur
- 15 maístortillur

LEIÐBEININGAR:
a) Forhitaðu ofninn þinn í 350 gráður F.
b) Hitið ólífuolíuna á stórri pönnu.
c) Steikið hvítlaukinn, jalapenó piparinn og laukinn í 5 mínútur.
d) Bætið pylsukjötinu út í og kryddið með ítölsku kryddinu.
e) Hrærið tómatsósunni og picante sósunni saman við.
f) Blandið öllu hráefninu vel saman.
g) Lokið pönnunni og látið malla í 15 mínútur.
h) Húðaðu 9x13 bökunarform með non-stick úða.
i) Leggðu bökunarformið í lag með 1 tortillu, lagi af pylsum og sósu, og lagi af pepper jack osti.
j) Búðu til 2 lög í viðbót.
k) Toppið þriðja lagið með cheddarostinum.
l) Bakið í 45 mínútur.

97.Klassískt lasagna

Gerir: 8
HRÁEFNI:
- 1 1/2 pund. magurt nautahakk
- 2 egg, þeytt
- 1 laukur, skorinn í bita
- 1 pint ricotta ostur að hluta
- 2 hvítlauksgeirar, saxaðir
- 1/2 bolli rifinn parmesanostur
- 1 msk fersk basilika í teningum
- 2 matskeiðar þurrkuð steinselja
- 1 tsk þurrkað oregano
- 1 tsk salt
- 2 matskeiðar púðursykur
- 1 pund mozzarella ostur, rifinn
- 1 1/2 tsk salt
- 2 matskeiðar rifinn parmesanostur
- 1 (29 oz.) dós niðurskornir tómatar
- 2 (6 oz.) dósir tómatmauk
- 12 þurrt lasagna pasta

LEIÐBEININGAR:

a) Hrærið hvítlauk, lauk og nautakjöt í 3 mínútur og blandið síðan saman við tómatmauk, basil, hægelduðum tómötum, oregano, 1,5 tsk salt og púðursykri.

b) Stilltu ofninn þinn á 375 gráður áður en þú gerir eitthvað annað.

c) Byrjaðu að sjóða pastað í vatni og salti í 9 mínútur og fjarlægðu síðan allan vökvann.

d) Fáðu þér skál, blandaðu saman 1 tsk salt, egg, steinselju, ricotta og parmesan.

e) Setjið þriðjung af pastanu í eldfast mót og toppið allt með helmingnum af ostablöndunni, þriðjungi sósunnar og 1/2 af mozzarellanum.

f) Haltu áfram að setja lag á þennan hátt þar til allt hráefnið hefur verið uppurið.

g) Toppið svo allt með meiri parmesan.

h) Eldið lasagna í ofni í 35 mínútur.

98.Rólegt lasagna

Gerir: 4
HRÁEFNI:
- 1 ½ pund mulin sterk ítalsk pylsa
- 5 bollar verslunarkeypt spaghettísósa
- 1 bolli tómatsósa
- 1 tsk ítalskt krydd
- ½ bolli rauðvín
- 1 matskeið sykur
- 1 matskeið olía
- 5 saxaðir hvítlaukshanskar
- 1 saxaður laukur
- 1 bolli rifinn mozzarella ostur
- 1 bolli rifinn provolone ostur
- 2 bollar ricotta ostur
- 1 bolli kotasæla
- 2 stór egg
- ¼ bolli mjólk
- 9 lasagna pasta – parboil útg
- ¼ bolli rifinn parmesanostur

LEIÐBEININGAR:

a) Forhitið ofninn í 375 gráður á Fahrenheit.

b) Brúnið mulnu pylsuna á pönnu í 5 mínútur. Farga skal allri fitu.

c) Blandið saman pastasósu, tómatsósu, ítölsku kryddi, rauðvíni og sykri í stórum potti og blandið vel saman.

d) Hitið ólífuolíuna á pönnu. Steikið síðan hvítlaukinn og laukinn í 5 mínútur.

e) Setjið pylsuna, hvítlaukinn og laukinn í sósuna.

f) Lokið síðan á pottinn og látið malla í 45 mínútur.

g) Blandið saman mozzarella og provolone ostunum í blöndunarrétti.

h) Blandaðu saman ricotta, kotasælu, eggjum og mjólk í sérstakri skál.

i) Í 9 x 13 bökunarformi, hellið 12 bollum af sósu í botninn á fatinu.

j) Raðið nú lasagna, sósu, ricotta og mozzarella í ofnformið í þremur lögum.

k) Dreifið parmesanosti yfir.

l) Bakið í lokuðu fati í 30 mínútur.

m) Bakið í 15 mínútur í viðbót eftir að fatið hefur verið tekið af.

99.Ratatouille lasagna

Gerir: 8–10
HRÁEFNI:
- Eggjadeig
- Extra virgin ólífuolía
- 3 hvítlauksgeirar, saxaðir
- 1 bolli (237 ml) rauðvín
- 2 (28 oz. [794-g]) dósir muldar tómatar
- 1 búnt basil
- Kosher salt
- Nýmalaður svartur pipar
- Ólífuolía
- 1 eggaldin, afhýtt og skorið í teninga
- 1 grænn kúrbít, smátt skorinn
- 1 sumarsquash, skorinn í teninga
- 2 tómatar, smátt skornir
- 4 hvítlauksrif, skorin í sneiðar
- 1 rauðlaukur, þunnt sneið
- Kosher salt
- Nýmalaður svartur pipar
- 3 bollar (390 g) rifinn mozzarella

LEIÐBEININGAR:

a) Forhitið ofninn í 350°F (177°C) og látið sjóða í stórum potti af söltu vatni.

b) Rykið tvær plötur með semolina hveiti. Til að búa til pastað skaltu rúlla deiginu út þar til lakið er um það bil 1/16 tommu (1,6 mm) þykkt.

c) Skerið útrúlluðu blöðin í 12 tommu (30 cm) hluta og settu þau á plötur þar til þú hefur um það bil 20 blöð. Vinnið í lotum, sleppið blöðunum í sjóðandi vatnið og eldið þar til þær eru aðeins teygjanlegar, um það bil 1 mínútu. Settu á pappírsþurrkur og þurrkaðu.

d) Til að búa til sósuna, í potti á meðalhita, bætið við ólífuolíu, hvítlauk og steikið í um það bil eina mínútu eða þar til hún er hálfgagnsær. Bætið rauðvíninu út í og látið minnka um helming. Bætið svo söxuðum tómötum, basil og salti og pipar út í. Látið malla við lágan hita í um 30 mínútur.

e) Til að búa til fyllinguna, bætið við ögn af ólífuolíu, eggaldini, kúrbít, leiðsögn, tómötum, hvítlauk og rauðlauk á stórri pönnu við háan hita. Kryddið með salti og nýmöluðum svörtum pipar.

f) Til að setja saman, setjið sósuna á botninn á 9 × 13 tommu (22,9 × 33 cm) bökunarformi. Leggðu pastablöðin niður, skarast þau örlítið og þekja botninn á fatinu. Bætið ratatouille jafnt yfir pastablöðin og stráið mozzarella yfir. Bættu við næsta lagi af pastaplötum í leiðbeiningunum á móti og endurtaktu þessi lög þar til þú nærð efst eða öll fyllingin hefur verið notuð. Hellið smá sósu jafnt yfir efstu plötuna og stráið meira mozzarella yfir.

g) Setjið lasagna í ofninn og eldið í um 45 mínútur til 1 klukkustund. Leyfið því að kólna í um 10 mínútur áður en það er skorið og borið fram.

100.Pepperoni lasagna

Gerir: 12
HRÁEFNI:
- 3/4 pund nautahakk
- 1/4 tsk malaður svartur pipar
- 1/2 pund salami, saxað
- 9 lasagna pasta
- 1/2 pund pepperoni pylsa, saxuð
- 4 C. rifinn mozzarella ostur
- 1 laukur, saxaður
- 2 C. kotasæla
- 2 (14,5 oz.) dósir steiktir tómatar
- 9 sneiðar hvítur amerískur ostur
- 16 únsur. tómatsósa
- rifinn parmesanostur
- 6 únsur. tómatpúrra
- 1 tsk hvítlauksduft
- 1 tsk þurrkað oregano
- 1/2 tsk salt

LEIÐBEININGAR:

a) Steikið pepperóní, nautakjöt, lauk og salami í 10 mínútur. Fjarlægðu umfram olíu. Settu allt í hæga eldavélina þína á lágum hita með pipar, tómatsósu og mauki, salti, soðnum tómötum, oregano og hvítlauksdufti í 2 klukkustundir.

b) Kveiktu á ofninum á 350 gráður áður en þú heldur áfram.

c) Sjóðið lasagna í saltvatni þar til það er al dente í 10 mínútur, fjarlægðu síðan allt vatn.

d) Í bökunarforminu þínu skaltu setja létt hjúp af sósu og setja síðan: 1/3 laqsagna, 1 1/4 bolli mozzarella, 2/3 C. kotasælu, amerískar osta sneiðar, 4 matskeiðar parmesan, 1/3 kjöt. Haltu áfram þar til rétturinn er fullur.

e) Eldið í 30 mínútur.

101.Slow Cooker lasagna

Gerir: 8
HRÁEFNI:
- 1 pund nautahakk
- ½ pund mulið ítalskt kryddpylsukjöt
- 1 saxaður laukur
- 3 söxuð hvítlauksrif
- 1 bolli sneiddir sveppir
- 3 bollar tómatsósa – heimabakað er gott og krukku fínt
- 1 bolli vatn
- 8 únsur. tómatpúrra
- 1 tsk ítalskt krydd
- 12 únsur. ofntilbúið lasagna pasta (ekki venjulegt)
- 1 ¼ bollar ricotta ostur
- ½ bolli rifinn parmesanostur
- 2 bollar rifinn mozzarella ostur
- 1 bolli til viðbótar rifinn mozzarella ostur

LEIÐBEININGAR:
a) Brúnið nautakjötið, pylsuna, laukinn, hvítlaukinn og sveppina á stórri pönnu í 5 mínútur.
b) Tæmdu hvaða fitu sem er.
c) Hrærið sósunni, vatni, tómatmauki, ítölsku kryddi út í og blandið vel saman.
d) Látið malla í 5 mínútur.
e) Blandið ricotta, parmesan og 2 bollum af mozzarella osti saman í skál.
f) Búðu til lög (2 til 3) af kjöti, sósu, tvöföldu lagi af lasagna (brjóttu þau í tvennt) og ostablöndu.
g) Toppið með 1 bolla af rifnum mozzarellaosti.
h) Eldið í 4 klukkustundir á lágum hita.

NIÐURSTAÐA

Þegar við ljúkum ferð okkar í gegnum „Að ná tökum á listinni að einum pönnu pasta" vonum við að þú hafir ekki aðeins uppgötvað gleðina við að elda án vandræða heldur einnig að ná tökum á listinni að búa til ljúffenga pastarétti með auðveldum hætti. Pastamatreiðsla á einni pönnu býður upp á þægindi af lágmarksþrifum á meðan það skilar hámarks bragði.

Við hvetjum þig til að halda áfram að skoða pastauppskriftir með einni pönnu, gera tilraunir með nýtt hráefni og deila sköpunarverkum þínum án vandræða með fjölskyldu og vinum. Hver réttur sem þú útbýr er vitnisburður um matreiðsluhæfileika þína og getu þína til að hagræða matreiðsluferlið.

Þakka þér fyrir að vera með okkur í þessu óþægilega ævintýri. Við treystum því að þekkingin og færnin sem þú hefur öðlast muni halda áfram að efla matreiðsluferðina þína og gera eldamennsku að ánægjulegri og skilvirkri upplifun. Góða eldamennsku, eina pönnu í einu!

www.ingramcontent.com/pod-product-compliance
Lightning Source LLC
Chambersburg PA
CBHW071319110526
44591CB00010B/949